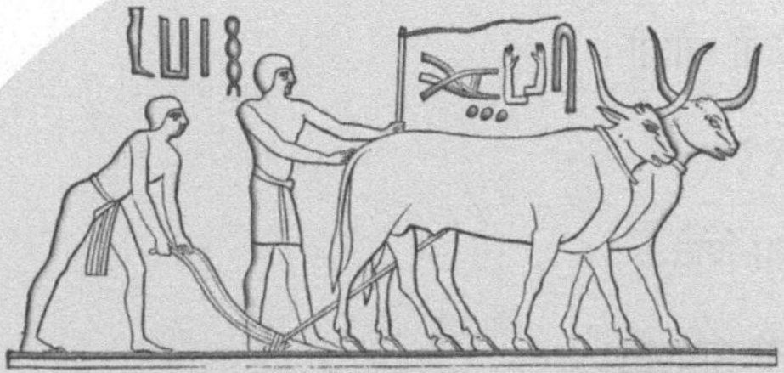

प्राचीन भारतीय कृषि विज्ञान

डॉ. रजनी जोशी

सकाळ प्रकाशन

सकाळ प्रकाशन

Prachin Bhartiya Krushi Vidnyan

प्राचीन भारतीय कृषिविज्ञान

लेखिका	:	डॉ. रजनी जोशी
प्रथम आवृत्ती	:	मे २०१९
मुखपृष्ठ	:	मधुमिता शिंदे
अक्षरजुळणी व मांडणी	:	अश्विनी महाजन
प्रकाशक	:	सकाळ मीडिया प्रा. लि. ५९५, बुधवार पेठ, पुणे ४११ ००२
ISBN	:	978-93-87408-66-1
संपर्क	:	०२०-२४४० ५६७८ / ८८८८८ ४९०५० sakalprakashan@esakal.com

संस्कृत भाषेवर नितांत प्रेम करणारे,
संस्कृतमधील ज्ञान-विज्ञान आपल्या ओजस्वी वाणीतून प्रकट करणारे,
ॠषितुल्य गुरुवर्य कै. डॉ. रा. ल. जोशी यांना
सादर समर्पित

प्रस्तावना

डॉ. रजनी जोशी या संस्कृत विषयाच्या प्राध्यापिका आहेत. पण केवळ साहित्य व तत्त्वज्ञान या विषयावर लक्ष केंद्रित न करता संस्कृतमधील कृषिविज्ञानावर त्यांनी विशेष लक्ष केंद्रित केले.

वेदकाळापासून ते लोकोपकार ग्रंथापर्यंत संस्कृत साहित्यात जे-जे कृषि-वनस्पतिविषयक संदर्भ आलेले आहेत, त्या सर्वांचा साकल्याने विचार प्रस्तुत पुस्तकात केलेला आहे. वेदवाङ्मय व अन्य संस्कृत साहित्य, महाभारत, पुराणे, बौद्ध व जैन वाङ्मय या सर्व प्राचीन ग्रंथांमधून जो कृषिशास्त्राचा व वनस्पतिशास्त्राचा विचार केला गेला आहे, त्याचे महत्त्वाचे संदर्भ लेखिकेने या पुस्तकात संकलित केलेले आहेत.

नक्षत्रे, वृक्षारोपण, बियांची काळजी, पिकांची निगा, कृषिसंवर्धनासाठी महत्त्वाचे उपाय, फळांची काळजी, प्राचीन जलव्यवस्थापन, जमिनीची निगा, कृषिकर्म या सर्व गोष्टींचा विचार प्रस्तुत पुस्तकात आला आहे.

प्राचीन ऋषींची कृषीकडे पाहण्याची दृष्टी अत्यंत पवित्र होती. माता आणि पुत्राचे नाते त्यांच्यामध्ये होते. हा विचार सुरपालांचा 'वृक्षायुर्वेद' वाचताना प्रकर्षाने जाणवतो. त्याचबरोबर वृक्ष-वनस्पतींची पूजा हा विषय महत्त्वाचा वाटतो. प्राचीन कृषिविज्ञानातील काही विशेष संदर्भ आजच्या काळात उपयुक्त ठरले आहेत.

प्राचीन भारतीय कृषिविज्ञान हे पुस्तक लिहिताना इक्रिसॅटचे चेअरमन डॉ. वाय. एल. नेने यांचे मोलाचे मार्गदर्शन त्यांना लाभले. तसेच या विषयातील अनेक तज्ज्ञांच्या कृषिविषयक विचारांचा परामर्श घेता आला. हा विषय 'दैनिक ॲग्रोवन'मध्ये लेखरूपाने प्रसिद्ध झाला होता. त्याचे आज पुस्तकरूपात होणारे रूपांतर अतिशय आनंददायी आहे. लेखनकार्यात रजनी जोशी यांना त्यांचे कृषी क्षेत्रातील जाणकार पती श्री. रामचंद्र जोशी यांचे मोलाचे मार्गदर्शन व सहकार्य लाभले. ते स्वतः एक प्रगतिशील शेतकरी आहेत.

भारतीय कृषिविज्ञान केवळ प्राचीन म्हणून दुर्लक्षून चालणार नाही; तर त्यातील अनेक महत्त्वपूर्ण व मौलिक गोष्टींचे संदर्भ आजही किती उपयुक्त ठरणारे आहेत, यावर या पुस्तकाने निश्चितच प्रकाश पडेल, याची मला खातरी आहे.

संस्कृतमधील विज्ञान जनसामान्यांसमोर आणण्याची रजनी जोशींची तळमळ लक्षणीय आहे. या पुस्तकाने भारतीय कृषी क्षेत्राला एक दिशा मिळेल, अशी मी अपेक्षा व्यक्त करतो. 'सकाळ प्रकाशन'ने त्यांना या कामी जे मोलाचे सहकार्य केले आहे, ते स्पृहणीय आहे.

डॉ. कल्याण काळे

सेवानिवृत्त मराठी विभागप्रमुख, पुणे विद्यापीठ

ऋणनिर्देश

प्राचीन भारतीय कृषिविज्ञान या पुस्तकाच्या लेखनप्रसंगी मला अनेक मार्गदर्शक लाभले. त्यांच्या अनमोल मार्गदर्शनामुळेच मी हे पुस्तक लिहिण्याचे धाडस केले. एशियन ॲग्रि हिस्ट्री फाउंडेशन (AAHF)चे संस्थापक डॉ. वाय. एल. नेने यांनी प्राथमिक दिशा दिली आणि कृषिविज्ञानावरील सर्व पुस्तके उपलब्ध करून दिली. त्या पुस्तकांच्या परिशीलनाने प्राचीन कृषिशास्त्र अवगत झाले. तसेच श्री. प्र. र. चिपळूणकर, श्री. भारत रानसई, डॉ. रानडे, डॉ. रा. ल. जोशी, श्री. रामचंद्र जोशी, शंतनु जोशी, हर्षद जोशी, सौ. स्वरूपा जोशी, सौ. क्षितिजा जोशी, मनोज देशपांडे, प्रा. हेमाताई साने, महेश देशपांडे, मंगेश देशपांडे, प्रा. डॉ. अबोली सुलाखे, डॉ. कल्याण काळे, चिन्मय वालवडकर, प्रा. शीतल वालवडकर, प्रा. संध्या गायकवाड या सर्वांबद्दल ऋण व्यक्त करणे मी माझे कर्तव्य समजते.

अनुक्रमणिका

विषयप्रवेश

आज आपण शेती हा एक व्यवसाय म्हणून पाहतो. प्राचीन काळामध्ये शेती हा एक निसर्गाचा भाग आहे, असा दृष्टिकोण ऋषिमुनींचा होता. त्यामुळे आजूबाजूच्या वृक्षवल्लींसह पक्षी, प्राणिमात्रांचा विचार त्यांनी केल्याचे दिसून येते.

प्राचीन वैदिक वाङ्मयाचा विचार करताना ऋग्वेद, यजुर्वेद, सामवेद, अथर्ववेद, ब्राह्मणग्रंथ, आरण्यके व काही उपनिषदांमधून प्राचीन कृषी व वृक्ष-वनस्पतींचे संदर्भ सापडतात. 'सुश्रुतसहिंता', 'चरकसहिंता', 'सूत्रसंहिता', महाभारत, पुराणे, बौद्ध व जैन वाङ्मय, 'कृषी पराशर', 'कौटिलीय अर्थशास्त्र', पाणिनीची 'अष्टाध्यायी', तमीळ भाषेतील 'संगम साहित्य', 'मनुस्मृती', वराहमिहिराची 'बृहत्संहिता', अमरसिंहाचा 'अमरकोश', 'काश्यपीय कृषिसूक्ती', 'उपवनविनोद', 'काश्यपसंहिता ज्ञानकांड' व सुरपालांचा 'वृक्षायुर्वेद' या सर्व प्राचीन साहित्यांतून कृषी व वनस्पती यांचे अत्यंत विपुल व महत्त्वाचे संदर्भ मिळतात, ते संदर्भ अत्यंत मौलिक असून आजही मार्गदर्शक आहेत.

मनुष्य व सभोवतालचा निसर्ग हे वेगवेगळे नाहीत. मानव हा अतिविशाल निसर्गातील एक लहानसा घटक असून, निसर्गातील प्रत्येक घटकाचा मानवी जीवनावर प्रत्यक्ष व अप्रत्यक्ष परिणाम होत असतो. या निसर्गाचा भूतकाळातील, वर्तमान काळातील स्थितीचा अभ्यास व निरीक्षण यातून मानवी जीवनाचा वेध घेण्याचा प्रयत्न प्राचीन विचारवंतांनी, शास्त्रज्ञांनी, ऋषिमुनींनी केला. निसर्गसृष्टी, कृषी, वृक्षवनस्पती, पशुपक्षी व पृथ्वी-आप-तेज-वायू-आकाश ही पंचमहाभूते यांच्या अनेक वर्षांच्या चिंतनातून विज्ञानाधिष्ठित तत्त्वज्ञान मांडले. त्याचे फलरूप म्हणजे प्राचीन 'कृषिविज्ञान'!

त्या वेळी उपकरणे, सामग्री यांची भौतिक प्रगती प्राथमिक अवस्थेतील असली, तरी निरीक्षण व त्यातून उपलब्ध झालेल्या कार्यकारणभावातून भौतिक सृष्टीचे समाजाला हितावह होईल असे नियमन ऋषींनी केले. त्यांचे निष्कर्ष प्राचीन संस्कृत वाङ्मयातून विखुरले आहेत. त्यातून सृष्टिविज्ञानाचे अभ्यासपूर्ण दर्शन घडते.

सृष्टीतील संक्रमणावस्था

सर्व चराचर सृष्टीच्या जन्मापासून मृत्यूपर्यंतच्या निरीक्षणातून ऋषींना लक्षात आले, की कोणतीही निर्माण झालेली वस्तू एकूण सहा अवस्थांमधून संक्रमित होत जाते. त्या सहा अवस्था म्हणजे *जायते* (वस्तू जन्माला येते), *अस्ति* (वस्तूला सत्ता प्राप्त होते), *वर्धते* (ती वस्तू वाढू लागते), *विपरिणमते* (तिच्यात बदल होतात), *अपक्षीयते* (ती वस्तू हळूहळू क्षय पावते), *विनश्यति* (शेवटच्या अवस्थेत नाश पावते). या सहा

आज मानवाची कृषीकडे पाहण्याची दृष्टी

आज मानव कृषी विषयाकडे एक व्यवसाय म्हणून पाहतो. प्राचीन काळी ती त्याची जीवनशैली होती. प्राचीन ऋषींनी वर्तवलेले पावसाचे अंदाज आजही तंतोतंत ठरतात. कोणत्या नक्षत्रात पेरणी करावी, कोणत्या नक्षत्रातील पाऊस चांगले असतात व कोणत्या नक्षत्रातील नसतात; उदाहरणार्थ, विशाखा नक्षत्रात पडणाऱ्या पावसाने उंदरांची संख्या जमिनीत वाढते व नंतरच्या नक्षत्रात येणाऱ्या मांजऱ्या पावसामुळे त्या उंदरांचा नायनाट होतो, हे प्राचीन ऋषींचे निरीक्षण आजही बरोबर आहे. नक्षत्रांचा लोखंडी चरणात पडणारा पाऊस जमीन लोखंडासारखी बनवतो. प्राचीन ऋषींनी मांडलेली नांगरांची मापे, बैलांच्या अवजारांची शास्त्रोक्त मापे आजही बरोबर आहेत. आजही ग्रामीण भागामध्ये अनेक शेतकरी पर्जन्यवृष्टीच्या अंदाजाबद्दल बोलताना किंवा इतर शेतीकामाबद्दल बोलताना नक्षत्रांचा उल्लेख करतात.

अवस्थांमधून मनुष्य, पशुपक्षी, वृक्ष, वनस्पती या सर्व सचेतनांना संक्रमण करावे लागते.

प्राचीन ऋषींचे जाणतेपण

डॉ. पंचमुखी यांच्या मतानुसार, प्राचीन ऋषी 'शास्त्रज्ञ' होते. यांत्रिक प्रगती नसलेल्या काळात सूक्ष्म निरीक्षण, परीक्षण, अभ्यास व अनुभव यांवरून ऋषींनी स्वतंत्र शास्त्रे तयार केली. प्राचीन ऋषींचे 'जागृत ज्ञान' विज्ञानाच्या सर्व कक्षा प्रकट करणारे आहे. मानवी जीवनाचा प्राण असलेल्या, अन्न देणाऱ्या वृक्ष, वनस्पती आणि पाणी या विषयावर प्राचीन ऋषींनी अत्यंत सूक्ष्म व अभ्यासपूर्ण दृष्टीने विचार केला आहे.

संस्कृत भाषेतील विज्ञान

संस्कृत भाषेत विज्ञानाची बीजे लपलेली आहेत. वनस्पतिशास्त्र, ग्रहगणितशास्त्र, आयुर्वेदशास्त्र, धनुर्वेद, संगीतशास्त्र, यज्ञशास्त्र, पंचमहाभूतांचे शास्त्रीय विवेचन, रसायनशास्त्र, पदार्थविज्ञान, कृषिशास्त्र, जलशास्त्र, धर्मशास्त्र, दंडनीतिशास्त्र, नीतिशास्त्र, भाषाशास्त्र, संख्याशास्त्र, वास्तुशास्त्र, प्राणिशास्त्र, नृत्यशास्त्र, नाट्यशास्त्र यांमधून संस्कृत विज्ञानाचा विस्तार झाला आहे. समृद्ध संस्कृत भाषेतील या विज्ञानाची ओळख करून घेणे आज काळाची गरज आहे. प्राचीन भारतीय ऋषिमुनींनी अनेक वर्षांच्या अभ्यासानंतर व प्रदीर्घ चिंतनातून शास्त्रीय पायावर केलेल्या संशोधन, सूत्राची आधुनिक विज्ञानाच्या निकषांवर घासून त्यातील शास्त्रीयता पडताळून पाहण्याचा प्रयत्न आपण करणार आहोत.

कृषिमहत्त्व

शेतीचे पृथ्वी, गो म्हणजे बैल, बीज, स्वामी हे चार स्तंभ असून, यातील एक जरी स्तंभ नसेल तर ती कृषी निष्फळ असल्याचे मत पराशरांनी व्यक्त केले.

वृक्षायुर्वेद विचार

वृक्षाच्या सचेतनत्वाचे व उपयुक्ततेचे संदर्भ वेदात ठिकठिकाणी सापडतात. महाभारतात मोक्षधर्म पर्वात भृगू भारद्वाज ऋषींच्या संवादातून समग्र चिंतन व्यक्त झाले आहे. वराहमिहिरची बृहत्संहिता, काश्यप ऋषींची काश्यपसंहिता (ज्ञानकांड), अग्निपुराण,

सर्वात महत्त्वाचे

आपल्या जनान्याचे व्यवस्थापन आपल्या पित्यावर सोपवता येईल, स्वयंपाकघराचे व्यवस्थापन आपल्या मातेवर सोपवता येईल, गुराढोरांचे व्यवस्थापन बरोबरीच्या व्यक्तीवर सोपवता येईल. मात्र, आपले शेत स्वत:शिवाय दुसऱ्या कुणाच्याही देखभालीखाली ठेवू नये, हा अत्यंत महत्त्वाचा विचार *कृषी पराशर* ग्रंथात आला आहे.

सुरपालांचा वृक्षायुर्वेद, उपवनविनोद विश्ववल्लभ या संहिता व ग्रंथांमधून वृक्षायुर्वेदाचा सर्वांगीण विचार केला आहे.

'वृक्षायुर्वेद' म्हणजे वृक्षाचे मूळ, साल, पान, फूल व फळ हे पंचांग मानून त्यांची चिकित्सा करणारे शास्त्र. या पाच अंगांपैकी कोणत्याही एका अंगाला कोठेही रोग होऊ शकतो. रोगामुळे वृक्ष नष्ट झाले तर नवीन वृक्ष लावून त्याची फळे मिळेपर्यंत फार मोठा काळ जावा लागतो. त्याऐवजी रोगग्रस्त वृक्षाची चिकित्सा करून उपाययोजना करण्याविषयी मार्गदर्शन केले आहे. या शास्त्रात कलम करणे (रोपण), एका जागेवरून दुसऱ्या जागेवर संपूर्ण वृक्षाचे मुळासकट रोपण करणे (संक्रमण विरोपण) यांसारख्या विषयांनाही स्पर्श केला आहे. वेदापासून ते सुरपालांच्या वृक्षायुर्वेदापर्यंत वनस्पतिशास्त्राचा आध्यात्मिक, आधिदैविक व आधिभौतिक स्तरांवर विचार केला आहे.

❑

वेदांतील कृषिविषयक धारणा

जीवनासाठी अन्नाची गरज मनुष्याला 'कृषी'कर्मापर्यंत घेऊन गेली. वैदिक ऋषींनी शेतातून पिकणाऱ्या धान्याची इच्छा सूक्तामधून व्यक्त केली. वेदांमध्ये कृषीचे वेगवेगळे संदर्भ सापडतात. त्यावरून प्राचीन काळी आर्य शेती कशा प्रकारे करत होते, याचे चित्र दिसते.

ऋग्वेदातील चौथे मंडल प्राचीन मंडलापैकी समजले जाते. त्यातील ५७वे कृषिसूक्त प्रसिद्ध आहे. शेत नांगरताना हे सूक्त म्हणावे, असा पारंपरिक संकेत सांगितला आहे. त्यामध्ये जमिनीत चांगले पीक येण्यासाठी आधी उत्तम नांगरट केली पाहिजे. मातीत चांगले बी पेरले पाहिजे व त्यावर चांगला पाऊस पडला पाहिजे, यासाठी शुनासीर देवतांची प्रार्थना केली आहे. 'शुन' व 'सीर' या अन्न पिकवणाऱ्या देवता आहेत.

शुनं नः फाला नि कृषन्तु भूमिं शुनं कीनाशा अभि यन्तु वाहैः।

शुनं पर्जन्यो मधुना पयोभिः शुनासीरा शुनमस्मासु धनम्।।

(आमच्या नांगराचे फाळ उत्तम प्रकारे शेत नांगरोत. नांगर चालवणारे बैलाच्या चालीने चालोत. पाऊस आमच्यावर मधाचा आणि दुधाचा उत्तम वर्षाव करो. हे शुन आणि सीर देवतांनो आमचे कल्याण करा.)

'कृष्' या धातूपासून 'कृषि' हा शब्द बनला. कृष् म्हणजे ओढणे, ओढत नेणे. ही कृती शेतीची लागवड करताना नांगर ओढून नेण्याची असल्याने 'कृष्' क्रियापद नांगरणे या दुय्यम अर्थाने वापरले आहे. 'कृषि' शब्दाचा अर्थ लागवड केलेली जमीन असा होतो. कृषकः म्हणजे जमीन नांगरणारा, शेती करणारा असा होतो. पुढे 'कृषिवल' शब्द रूढ झाला.

- शेतीमुळे माणसे स्थिर राहू लागली. भटके आयुष्य संपुष्टात आले. जिथे जिथे शेती करता येऊ लागली, तिथे तिथे माणसे वस्ती करून राहू लागली. नंतर 'कृषी' या शब्दाचा अर्थ लागवडीखाली असणाऱ्या जमिनीजवळ राहणारे लोक असा झाला. शेतीसंबंधीचे कितीतरी शब्द वेदापासूनच्या संस्कृत साहित्यात आढळतात.
- नांगरट केलेल्या जमिनीत जी चरी पडते, तिला संस्कृत शब्द 'सीता' असा आहे. शेतीत या चरीचे फार महत्त्व असल्याने वैदिक ऋषींनी 'सीता' ही देवता मानली.
- 'सीर' म्हणजे नांगर. शेतीला 'क्षेत्र' असेही म्हटले आहे.

वेदातील 'कृषी'चे संदर्भ

- ऋग्वेदात चौथे, सातवे व आठवे मंडल या ठिकाणी कृषीचा संदर्भ सापडतो.
- यजुर्वेद संहितेत दहाव्या, सातव्या व नवव्या

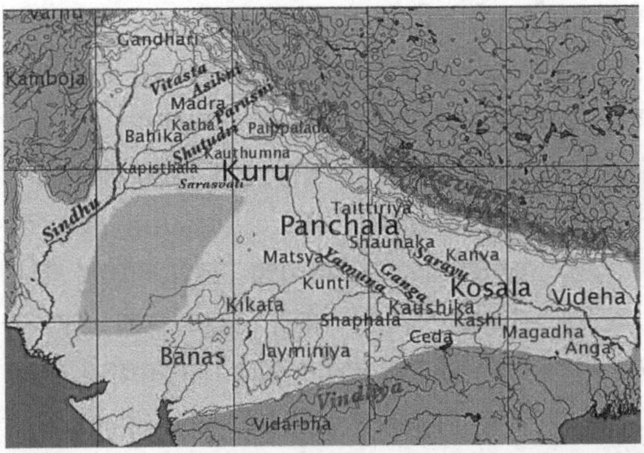

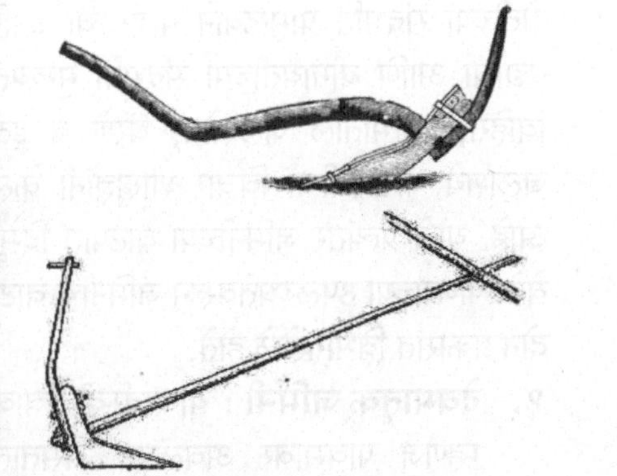

वैदिक काळातील भारताचा नकाशा आणि प्राचीन कालपूर्व भारतीय नांगर

मंत्रात कृषिजीवनाचा उपदेश आहे. अथर्ववेदात कांड ३, अध्याय ४, सूक्त १७, १२, ३ ते ९ या ऋचांमध्ये 'कृषिजीवन' व्यक्त झाले आहे.

- शतपथ ब्राह्मण ग्रंथात दोन पिके (पावसाळा व हिवाळा) यांचा उल्लेख आला आहे.
- पाणिनीच्या अष्टाध्यायीत जमिनीच्या मशागतीचे व इतर कृषिकर्मांचे उल्लेख आलेले आहेत.
- ऋग्वेदातील अक्षसूक्तामध्ये, द्यूतामध्ये हरलेल्या व दयनीय अवस्था झालेल्या जुगाऱ्याला ऋषी 'अक्षैः मा दीव्यः कृषिमित् कृषस्व' (तू फाशांनी खेळू नकोस. तू शेती कर.) असा आग्रहाचा उपदेश करतात.

यावरून वेदकालीन आर्यांची संस्कृती व जीवनशैली शेतीवर व शेतीविषयक गोष्टींवर अवलंबून होती, हे स्पष्ट दिसते.

शेती आणि पाणी यांचा संबंध

पाण्याशिवाय शेती होऊ शकत नाही, म्हणून वेदांमध्ये इंद्र व वरुण या निसर्गाच्या देवता मानून त्यांच्या प्रार्थना करून वरुण, मित्रावरुण आणि पर्जन्य या देवता पाण्याशी संबंधित असून, त्यांच्याही प्रार्थना आहेत. मंडूक सूक्तात पावसाचे आगमन सूचित केले आहे.

- पाण्याचे तीन प्रकारे वर्णन केले आहेत : आकाशातून मिळणारे (पाऊस), पाझरल्यामुळे निर्माण होणारे व खणल्यानंतर मिळणारे (भूजल) आणि आपोआप उत्पन्न होणारे (देवतात्म).
- ऋतूच्या नियमित आवर्तनाने आर्यांना ज्ञान होते. इंद्र पर्जन्याचा देव मानला आहे. त्याच्या कृपेने पावसाळ्यात नद्या तुडुंब भरून वाहतात. शेतीला पाण्याची कमतरता भासत नाही. नदीमातृक देशातील हे वर्णन आहे. जमिनीत खोल पाणी मुरणे शेतीला उपकारक आहे.

नव्या धान्याच्या पूजेचा विधी

ऋग्वेदात 'आग्रयणेष्टि' हा महत्त्वाचा विधी सांगितला आहे. ही इष्टि तीनदा करावयास सांगितली आहे. पावसाळ्यात श्यामाक म्हणजे सावे, शरद ऋतूत 'व्रीहि' म्हणजे भात आणि वसंत ऋतूत 'यव' हे हविद्रव्य वापरायचे असते. नव्या धान्याचा हा याग आहे. आग्रयणेष्टि केल्याशिवाय नवे धान्य खावयाचे नाही, असा वेदाचा आदेश आहे. सध्याही अमावास्येच्या वेळी नव्या धान्याची पूजा केली जाते.

- शेतीच्या संदर्भात प्रामुख्याने पावसाचा आणि नद्यांचा आणि बागायतीच्या संदर्भात मुख्यत: विहिरी, भूगर्भातील जलस्रोत, धरणे व इतर जलाशये यासंबंधीचा विचार शास्त्रज्ञांनी केला आहे. याचे प्रत्यंतर जमिनीच्या वाटपात दिसून येते. पाण्याच्या उपलब्धतेवरून जमिनीचे वाटप दोन प्रकारांत विभागलेले होते.

  १. **देवमातृक जमिनी :** या सर्वस्वी देवावर म्हणजे पावसावर अवलंबून असतात. तान्हे मूल जितके मातेवर अवलंबून असते, तसेच या देशाचे पीकपाणी हे सर्वस्वी पावसावर अवलंबून असते.

  २. **नदीमातृक जमिनी :** प्रजाहितदक्ष राजांच्या वर्णनात त्यांचे देश नदीमातृक असल्याचे उल्लेख साहित्यात येतात. नदीचे पाणी शेतजमिनींना वापरायचे, तर कालवे खणणे, कृत्रिम तलाव बांधणे इत्यादी ज्ञान व कौशल्यही प्राचीन काळी होते, असे निश्चित अनुमान करता येते. तळी, विहिरी यांच्यावरच विसंबून असलेल्या जमिनी ही मुख्यत्वे बागायतीखाली येत.

ऋग्वेदातील पिके व खाद्यपदार्थ

वेदामध्ये शेतात पेरून उगवणारी व आपोआप उगवणारी अशी सात प्रकारची धान्ये येतात.

- मुख्य धान्ये दोन होत : यव किंवा जव आणि 'व्रीही' म्हणजे 'भात'. यज्ञकर्मात हविद्रव्य म्हणून या दोन धान्यांचा निर्देश वारंवार येतो. तांदूळ, जवस, तीळ, उडीद, दूध, तूप हे सर्व प्रजेच्या अधीन आहे. या अर्थाची ऋचा जैमिनीय ब्राह्मण (१.२६३) मध्ये आली.
- तांदळाचा भात (ओदन) करून खात. भात जसा पाण्यात शिजवत, तसा दुधातही शिजवत. तुपातल्या भाताचा उल्लेख आहे. उत्तर भारतात जशा गव्हाच्या कणकेच्या बाट्या करून भाजतात, तशा प्रकारचा पदार्थ म्हणजे तांदळाच्या किंवा जवाच्या पिठाचा केलेला 'पुरोडाश' हा पदार्थ होता. पीठ करण्यासाठी जाते वापरत नसत, तर पाटा आणि वरवंटा यांच्या साहाय्याने धान्य वाटत असत. वर्षातून दोनदा पीक काढत, असे तैत्तिरीय संहितेवरून समजते.
- भाताच्या जातीमध्ये काळे भात आणि पांढरे भात असे दोन प्रकार सांगितले आहेत. लवकर

ऋग्वेदातील शेतीची काही महत्त्वाची सूक्ते

- ज्याप्रमाणे शेतकरी वारंवार जमिनीची नांगरणी करतो, त्याप्रमाणे सूर्य वारंवार एकामागोमाग ऋतूंची निर्मिती करतो. (१.२३-१५)
- 'इंद्रदेवा, तूच आमचा नांगर हाती घे.' इंद्राच्या कृपेने नद्या तुडुंब भरून त्यांचे पाणी काठावरून वाहत येते. पाण्यामुळे अन्नधान्य पिकते आणि तहान भागते. (३.१९.७)
- एका सूक्तात अश्विनीकुमारांनी नांगरांनी धान्य पेरण्याची विद्या शिकवली, असा उल्लेख आहे. (८.२२.६)
- एक सूक्तातून बैलांना पिण्यासाठी पाणी साठवण्यास खळगे करा. कधीही न आटणाऱ्या विहिरीतून पिकांना पाणी द्या. (१०.१०१.५, ६)

शेत नांगरण्याची विद्या माणसाला मिळालेली दैवी देणगी आहे, असा विचार सूक्तात व्यक्त झाला आहे.

पिकणाऱ्या भाताचीही एक जात होती. तिला 'आशुव्रीही' असे म्हटले आहे.

- 'अपूप' म्हणजे पुरणासारखा पदार्थ आत घालून साटोरीसारखा तयार केलेला फुगीर पदार्थ प्रचारात होता. जव भाजले म्हणजे त्यांना 'धाना' म्हणत. त्याचे वाटलेले पीठ म्हणजे 'सक्तू'. या सक्तूमध्ये दही किंवा दूध किंवा पाणी घालून ढवळलेल्या पदार्थाला 'मंथ' म्हणत असत. 'लाजा' म्हणजे लाह्या. याला दुसरा शब्द 'परिवाप' असा आहे. दही आणि सक्तू यांच्या मिश्रणाला 'करंभ' म्हणत. कांजी तयार करण्याचा विशेष प्रघात होता. 'यवागू' म्हणजे कांजी. ती तिळाचे तेल वापरून करत. गायीगुरांची कमतरता नसल्याने दुभत्याची समृद्धी होती.
- वेदांत धान्याचे दोन प्रकार सांगितले आहेत. हेतुपूर्वक न पेरता आलेले धान्य 'अकृष्टपच्य' होय. मुद्दाम पेरलेले धान्य 'कृष्टपच्य' होय. रुद्राध्यायात हे शब्द एकत्र आले आहेत.
- वैदिक ऋषींचे लक्ष ऐहिक कल्याणाकडे होते. 'कृषि' हा तत्कालीन संस्कृतीचा अविभाज्य घटक होता. कृषीशी संबंधित घटकांचा विचार करताना आर्यांची शेतीची कल्पना बरीच प्रगत झालेली दिसते.

❑

वेदातील भूमिविचार, पशुसंदर्भ, जलविचार

वैदिक संस्कृती ही कृषी संस्कृती होती. शेतीसंबंधित विविध घटकांचा ऋषींनी विविध प्रकारे विचार केल्याचे दिसून येते. ऋषींनी भूमीचा आणि पाण्याचा मूलभूत विचार मांडला आहे. प्रत्येक वनस्पती ही आरोग्यासाठी कशी उपकारक आहे, याचा विचार येतो. गायीला माता मानतानाच तिची काळजी कशी घ्यावी, याविषयी अनेक सूक्ते आहेत.

ऋग्वेदातील पशुसंदर्भ

वैदिक ऋषी स्वरक्षणाबरोबरच आपल्या पशुधनाचीही चिंता वाहतात. त्यासाठी ते 'पूषन्' या देवतेला आवाहन करतात. त्यांच्या रक्षण व सौंदर्याविषयीच्या ऋचा (६.५४.५, ६.२८.६) अनेक आहेत.

'हे गायींनो, जो कृश आहे, त्याला तुम्ही पुष्ट करता, जो थकून गेला आहे, त्याला तुम्ही टवटवीत करता. प्रेमाने हंबरणाऱ्या गायींनो, आमचे घर तुमच्यामुळे मंगल झालेले आहे. जेथे जेथे लोक एकत्र येतात, तेथे तेथे तुमची स्तुतिस्तोत्रे गात असतात.'

मानवी जीवनातील हे गायींचे महत्त्व कृष्ण यजुर्वेदाच्या तैत्तिरीय ब्राह्मणात व अथर्ववेदातसुद्धा आढळते.

प्राचीन वैदिक आचारात देवतांना अर्पण करावयाच्या निरनिराळ्या द्रव्यांत गायीचे दूध हे मुख्य होते. गाय ही मुख्य संपत्ती मानली जात असे. शेतकऱ्याची श्रीमंती ही त्याच्याकडील गायींच्या संख्येवरून ठरवली जाई. एकापासून सहस्रपर्यंत किंवा अधिकही 'धेनू' दक्षिणा देण्याचा विधी यज्ञात सांगितला आहे! 'धेनू' याचा अर्थ दुभती गाय.

माणसाप्रमाणे जनावरांनाही नावे ठेवलेली दिसतात. गंगा, यमुना, सरस्वती इत्यादी नद्यांची नावे गायींना देत होते. धारेच्या वेळी शेतकरी गायीला तिचे नाव उच्चारून बोलावतो आणि ती गायही नेमकी त्याच्याकडे धावत येते. गायींना बांधण्यासाठी गोठे व पाणवठे असत. निरनिराळ्या अवस्थांमधल्या गायींना वेगवेगळे शब्द वेदात वापरले आहेत.

सकाळच्या धारा काढल्यानंतर वासरांना गोठ्यात बांधून गायींना रानात पाठवावयाचे.

वैदिक काळामध्ये बैल हे मशागतीसाठी, तर गाय ही दुधासाठी पाळली जाई. गायींच्या संख्येवरून शेतकऱ्याचीच नव्हे, तर राजाचीही श्रीमंती मोजली जाई.

संध्याकाळी त्या परत आल्या म्हणजे गोठ्यात बांधून वासरांना पाजल्यानंतर धारेच्या भांड्यात त्यांच्या धारा काढायच्या. सगळे दूध एकत्र करून ते विस्तवावर तापवायचे, आवश्यक तेवढ्या दुधाला विरजण लावायचे. सकाळी ते दूध वापरावयाचे, याचे तपशीलवार वर्णन आले आहे.

'हे गायींनो, तुम्ही माझे धन आहात. या जगात तुम्ही सुखाने नांदा. या माझ्या गोठ्यात, माझ्या घरात राहा आणि माझ्या घरात तुमची वंशवेल वाढू दे,' अशा अग्नीला केलेल्या प्रार्थना आढळतात.

ऋग्वेदातील वनस्पती

- ऋग्वेदात वनस्पतीला देवता मानून, आम्हांला रोगविरहित करण्यासाठी प्रार्थना (सूक्त १०.९७.२) केली आहे.
- यजुर्वेदामध्ये कोणत्या यज्ञात व कोणत्या वेळी कोणत्या वनस्पतींचे हवन करून आहुती द्याव्यात, हे सांगितले आहे.
- अथर्ववेदात विविध वनस्पतींचा साध्या खरचटण्यापासून ते बुद्धिभ्रंश व बुद्धिमांद्य, अपस्मार, क्षय, राजयक्ष्मा यांसारख्या जीवहारक रोगांवर कसा उपयोग करून घ्यावा, हे सांगितले आहे. अथर्ववेदात सूक्त क्रमांक ४.१२ मध्ये रोहिणी नावाच्या वनस्पतीची गुणात्मक स्तुती असून, सूक्त क्रमांक ४.१, ७.१, ८.१९ मध्ये अपामार्ग आघाडा वनस्पतीला आवाहन केले आहे. सूक्त ६.९५ मध्ये *'इमं मे अगदं कृधि।'*... मला निरोगी कर, अशी प्रार्थना असून, वनस्पतीतील रोगहारक शक्तीचा वापर आयुर्वेदात केला जात असे.
- ऋग्वेदात दहाव्या मंडलातील ९७वे सूक्त 'औषधी सूक्त' म्हणून प्रसिद्ध आहे. त्यातील विचार वैद्यकशास्त्राचे ज्ञान दर्शवते.
- सूक्तकर्ता ऋषी मानवाचे असाध्य रोगांपासून रक्षण करावे, अशी विनंती करतो.
- बृहदाण्यक उपनिषदात वनस्पती व मनुष्य यांचे सप्तधातूमूलक साम्य दाखवले आहे.
- वेदात वृक्ष, औषधी, लता यांची २०० नावे मिळतात. अथर्ववेद व कौशिकसूत्र यातील नावे रोगनिवारणासंबंधी आली आहेत. कौशिकसूत्रात रोगाच्या उपचारासाठी वनस्पतींचे उपयोग

नद्यांची वर्णने

- नदी हे पाण्याचे अत्यंत मनोहर स्वरूप आहे. नद्यांचा महिमा वैदिकांनी गायला आहे. सरस्वती ही त्यांची अत्यंत आवडती नदी. नद्यांच्या काठाकाठाने त्यांची कृषिसंस्कृती स्थिर होत गेली. त्याविषयी सूक्त १०.७५.५ मध्ये सतलज, इरावती, रावी, झेलम, मरुद्वृधा (झेलम व चिनाब यांच्या संगमामुळे होणाऱ्या नदीचे नाव), सिंधू, बियास, दृषद्वती (सरस्वतीला समांतर वाहणारी नदी) असे अनेक नद्यांचे उल्लेख आहेत.
- दोन नद्यांमधील देवनिर्मित प्रदेशाला 'ब्रह्मवर्त' असे म्हणतात. आपया ही सरस्वतीला मिळणारी उपनदी होय. रथस्था नावाच्या नदीचा उल्लेख जैमिनीय ब्राह्मणात आहे. ही पांचाळ देशातून वाहत असावी. वरणावती म्हणजे वाराणसी जवळची वारणा नदी होय. यव्यावती व कुशवा या नद्यांची नावे ऋग्वेदात आढळतात. शरयू नदीचे नाव ऋग्वेदात येते; पण ही शरयू इराणमधील आहे. कुंभा म्हणजे काबूल नदी. ती सिंधूला मिळते. काबूल नदीला मिळणारी सुवास्तु म्हणजे स्वात होय. क्रुमु म्हणजे कुर्रम नदी. वर्णुच्या (बन्न) दरीतून ती वाहते. गोमती म्हणजे गोयल. तुष्टामा, सुसर्तु व रसा नद्या कुभा म्हणजे काबूल नदीच्या उत्तर भागात सिंधूला मिळतात.

सांगितले आहेत. संस्कृतात वनस्पतींचे नावच 'औषधी' असे आहे.

अथर्ववेदातील भूमिविचार

सर्व वेदांमध्ये अथर्ववेदाचे विशिष्ट स्थान आहे. मुख्यत: तो जनसामान्यांचा वेद आहे. भूमिसूक्त ६३ मंत्रांचे असून, सूक्ताची देवता भूमी आहे. त्यात पृथ्वीची स्तुती आहे :

'हे पृथ्वी, तुझ्या सर्व पृष्ठभागामधून जे सेवनीय पदार्थ उत्पन्न होतात, ते आम्हांला दे. तुझा ओघ आमच्याकडे वळू दे. भूमी ही माझी माता आहे, मी पृथ्वीचा पुत्र आहे. पर्जन्य हा आमचा पिता आहे.' (अथर्ववेद १२.१.१२)

भूमीच्या पोटात नाना प्रकारची रत्ने भरलेली आहेत. जे धान्य पेरावे, ते तिच्यावर उगवत आहे.

ऋषी बालकाच्या लडिवाळपणाने भूमीशी संवाद करत आहे, 'हे भूमी, तुझे पुत्र तुझ्या अंगाखांद्यांवर खेळतात. द्विपाद, चतुष्पाद प्राण्यांना तू धारण करतेस. तुझ्या अंगावर आम्ही कसेही बागडलो तरी तू ते सहन करतेस.'

भूमी सूक्तातील विश्वात्म भाव 'जागतिक सूक्त' या नावाला पात्र ठरवतो.

वेदातील पाणी

- संपूर्ण विश्वात पाण्याची उपलब्धता हे पृथ्वी या ग्रहाचे एक अनन्यसाधारण वैशिष्ट्य आहे. त्यामुळे येथे माणूस, पशुपक्षी, वनस्पती यांचे जीवन शक्य झाले. संस्कृतमध्ये 'जीवन' हा शब्द पाणीसाठी समानार्थी शब्द म्हणून रूढ झाला आहे.
- सप्तसिंधूंच्या प्रदेशात आर्यांच्या वसाहती स्थापन होऊन त्यांची कृषिजीवन पद्धती अस्तित्वात आली. शेतीशी संबंधित पाऊस, पाणी, जमीन, नद्या, झरे, कालवे, तलाव, विहिरी, मोट, पशुधन, वनस्पती, पिके, अवजारे, बारा बलुतेदारी या सर्वांचा विचार त्यांनी केलेला आहे.
- निसर्गातील शक्तींना आर्यांनी देवतास्वरूप मानले आणि आपल्या कल्याणासाठी त्यांची स्तवने गायिली. आपोदेवी पाण्याची देवता आहे. एक मंत्र प्रसिद्ध आहे, 'हे आपोदेवींनो, तुम्ही जगत्कल्याणाचे मूळ आहात. तुमचा रस मंगलदायी आहे. माता ज्याप्रमाणे आपल्या बालकाला दुधाचा आस्वाद करवते, त्याप्रमाणे त्या मंगल रसाचा आस्वाद आम्हांला द्या.'
- इंद्र, मरुत, वृत्र या देवता पाण्याशी, पावसाशी, मेघाशी व विजेशी निगडित आहेत. कडाडणारी आणि चमकणारी वीज हे इंद्राचे वज्र आहे आणि तो त्याचा प्रहार वृत्रावर करतो. 'वृत्र' म्हणजे पाण्याचा प्रवाह अडवून ठेवणारा सजल मेघ. सर्पाप्रमाणे तो पाण्याला वेढा घालतो, म्हणून त्याला 'अहि' म्हटले आहे. इंद्रवृत्र युद्धात इंद्राला जेव्हा मदतीची गरज असते तेव्हा मरुत्गण (वारे) साहाय्याला धावून येतात. हे मरुत्गण म्हणजे इंद्राचे सैन्य. या सैन्यानिशी इंद्र वृत्रावर हल्ला करतो आणि त्या सर्पाला ठार मारून इंद्र सात नद्यांचे प्रवाह मुक्त करतो, असे आर्य मानत.
- वनस्पती, पिके, अन्नधान्य निर्माणास साहाय्य करणाऱ्या पाण्याविषयी ऋषींनी अनेक सूक्तात कृतज्ञता व्यक्त केली आहे. मात्र, अधिक पावसामुळे 'तू खूप पडलास, आता आवरता घे' अशी आळवणी करतानाच, पावसाने फार ओढ दिल्यास पाऊस पडण्याची अहिताग्नीने 'कारिरी' या नावाचे अनुष्ठान करण्याविषयी सूक्ते येतात.
- अथर्ववेदात वृष्टीचे वर्णन करणारी दोन सूक्ते आहेत. शेती व पाऊस यांची सांगड अनुवैदातील रुद्राध्यायात *'कृषिश्च मे वृष्टिश्च मे'* म्हणून घातली आहे. ऋग्वेदातील मंडूकसूक्त (७.१३) पावसाचे आगमन सूचित करते.
- बागायतीला पाटाने पाणी देतात. त्याचे वर्णन कुल्या म्हणजे पाट या शब्दाने समजते.

वैदिक काळामध्ये जलसंचयविषयक विचार प्रगल्भ होते. वेदातील उल्लेखाबरोबरच मोहेंजोदडो-हडप्पा येथील उत्खननामध्ये आढळलेल्या प्रगत जलसंचय पद्धतीवरून हे स्पष्ट होते.

विहिरीचे पाणी रहाटगाडग्याने किंवा चाकावरून दोर सोडून काढणे; हे दोन्ही प्रकार आर्यांना माहीत होते. झऱ्याच्या पाण्याचा विचार करताना पाण्याचा झरा आपोआप फुटलेला असेल तर त्याला 'उत्स' असे म्हटले आहे. वाळवंटातला झरा 'प्रा' नावाने सांगितला आहे.

- आर्यांची कृषिसंस्कृती जलसंस्कृतीबरोबर समांतर वाढत गेली. पाणी साठवण्याची, भूजल शोधण्याची तंत्रे त्यांना माहीत होती. पावसाचे पाणी जपून ठेवले पाहिजे. त्याचे महत्त्व पुढे कशा प्रकारे आहे, याची जाणीव त्यांना होती.
- भूमी, पर्जन्य, धान्यपिके, पशुधन, शेती अवजारे या कृषिसंबंधित गोष्टींचा विचार अनेक सूक्तांमधून आलेला दिसून येतो. ती शेती आर्यांच्या प्रगत शेतीविज्ञानाशी जोडलेली दिसते.

❑

अग्निपुराणातील 'वृक्षायुर्वेद'

अग्निपुराण हे १८ पुराणांपैकी अत्यंत महत्त्वाचे पुराण असून, त्याला 'भारतीय विद्यांचा महाकोश' म्हटले जाते. त्यामध्ये दैनंदिन विषयातील शास्त्रापासून ते वनस्पतिशास्त्र, व्याकरणशास्त्र, अलंकारशास्त्र, छंदशास्त्र, मूर्ती, मूर्तींचे प्रकार व उपासना, भूमिशास्त्र अशा अनेक विषयांचा ऊहापोह केला आहे. त्यातील शेतकऱ्यांच्या दृष्टीने वृक्षायुर्वेद हा २९२वा अध्याय उपयुक्त आहे.

'अग्निपुराण' हा ग्रंथ वराहमिहिर व काश्यप ऋषी यांच्याही बऱ्याच पूर्वी लिहिलेल्या असून, त्याचा काळ निश्चित नाही.

अभ्यासक काणे यांच्या मते तो काळ इ.स. ९००, तर अभ्यासक काळे यांच्या मते इ.स. ५०० ते ७०० असा आहे. हे पुराण पूर्वी आजच्यापेक्षा खूपच मोठे असावे. कारण अन्य पुराणांमध्ये अग्निपुराणातील श्लोकसंख्या भिन्नभिन्न दिलेली आहे. आनंदाश्रमाच्या प्रतीत एकूण ३८३ अध्याय असून, श्लोकसंख्या १,१२,४५७ आहे.

अग्निपुराणात स्नानापासून शरीरशुद्धीसारख्या साध्या दैनंदिन विषयापासून राजधर्म, रसायने, वृक्षांची माहिती व वर्गीकरण, वृक्षारोपण, वृक्षरोग चिकित्सा, घोडा, हत्ती यांची परीक्षा, धर्मशास्त्र, ज्योतिषशास्त्र, आयुर्वेद, व्रते, तीर्थे, वनस्पतिशास्त्र, व्याकरणशास्त्र, अलंकारशास्त्र, छंदशास्त्र, मूर्ती, मूर्तींचे प्रकार व उपासना, भूमिशास्त्र इत्यादी अनेक शास्त्रे मूलतत्त्वरूपाने सांगितली आहेत.

'आग्नेये हि पुराणेऽस्मिन् सर्वा विद्याः प्रदर्शिताः' अशी अग्निपुराणाची स्वतःची प्रतिज्ञा आहे.

वृक्षायुर्वेद

अग्निपुराणातील 'वृक्षायुर्वेद' हे प्रकरण २९२ क्रमांकाचे असून, त्यात एकूण श्लोक तेराच आहेत. त्या श्लोकाचा कर्ता 'धन्वंतरी' आहे. आचार्य धन्वंतरी हे आयुर्वेदाचे आद्यप्रणेते मानले जातात. या प्रकरणात 'बृहत्संहिता' व 'काश्यपसंहिता' यांच्या तुलनेने वृक्षांबद्दल अत्यंत कमी माहिती आहे. प्रामुख्याने वृक्षांचे शुभ-अशुभ वर्गीकरण, वृक्ष केव्हा व कोठे लावावेत, कोणते वृक्ष लावावेत याबद्दलच्या दिग्दर्शनासोबतच वृक्षांचे रोगनिदान व उपाययोजना यांचाही महत्त्वाचा विचार आला आहे.

उद्यानाच्या किंवा शेताच्या उत्तर दिशेला प्लक्ष वृक्ष लावला म्हणजे तो शुभ होय. पूर्व दिशेला वटवृक्ष, दक्षिण दिशेला आम्रवृक्ष आणि क्रमाने पश्चिम दिशेला अश्वत्थ वृक्ष लावणे शुभ होय.

याचा हेतू कदाचित असा असावा, की उत्तर दिशेला प्रथम प्लक्षसारखे मोठे वृक्ष लावले की उत्तरेकडून येणारा पाऊस व वारा थोडासा अडवला जाऊन इतर दिशांच्या वृक्षांना संरक्षण मिळेल. दक्षिण भारतात पाऊस व वारा नैर्ऋत्य दिशेकडून

येतो. परंतु हिमालय व उत्तर प्रदेश, बिहार, बंगाल इत्यादी प्रदेशांत पाऊस उत्तर-ईशान्य दिशेकडून येतो. तेव्हा वरील नियम उत्तर भारतातील ईशान्येकडील व हिमालयाच्या पायथ्याशी असलेल्या प्रदेशांसाठी केलेले असावेत, असे दिसते. याचाच अर्थ असा, की अग्निपुराणाचा लेखक त्या प्रदेशात राहणारा असावा.

उद्यान व घर यांच्या भोवती वृक्ष लावण्यासंदर्भात : उद्यानामध्ये कुंपणाकरिता काटेरी वृक्ष, तर घराभोवती बागेत फुले आलेली तिळाची रोपे लावावीत. वराहमिहिर व काश्यप या ऋषींनी या तीळ रोपांमुळे भूमी मृदू होते, असे सांगितले आहे.

कोणत्याही कार्यापूर्वी मुहूर्त पाहण्याची पद्धती होती. वृक्षारोपणासाठी योग्य नक्षत्रांचा विचार मांडला असून, ती पुढीलप्रमाणे आहेत : (१) पाच ध्रुवसंज्ञक नक्षत्रे (रोहिणी, हस्त, उत्तरा फाल्गुनी, उत्तराषाढा, उत्तराभाद्रपदा) (२) वायूचे नक्षत्र (३) हस्त नक्षत्र (४) अज नक्षत्र (५) शंकर अधिपती असलेले नक्षत्र (६) विष्णू अधिपती असलेले नक्षत्र व मूळ नक्षत्र.

हस्त, मघा, चित्रा नक्षत्र, पहिले नक्षत्र पुष्य, इंद्राचे व वसूचे नक्षत्र, वरुणाचे नक्षत्र व तिन्ही उत्तरा या नक्षत्रांवर वरुण, विष्णू व पर्जन्य यांची पूजा करून जलाशयास प्रारंभ करावा, असे सांगितले आहे.

जलाशयाच्या बांधणीनंतर अरिष्ट, अशोक, शिरीष, अशोक (बहुल), केळी, जांभूळ, बकुळ आणि डाळिंब यांसारख्या विशिष्ट वृक्षांचे रोपण करण्यास सांगितले आहे.

वृक्षांना कोणत्या ऋतूत कधी पाणी द्यावे, हे सांगितले आहे. उन्हाळ्यात सकाळी व सायंकाळी, थंडीत दुसऱ्या दिवशी आणि पावसाळ्यात जमीन कोरडी झाल्यास रोवलेल्या वृक्षांना पाणी द्यावे.

वृक्षांना विफलत्व आल्यानंतर करावयाचे उपाय

- विफल म्हणजे झाडे फळे देईनाशी झाल्यानंतर वृक्षांचे शस्त्राने शोधन करावे. त्यानंतर विडंग,

प्राचीन काळापासून उद्यानाच्या व शेतीच्या पाण्याची सोय करण्यासाठी पुष्करिणीची सोय केली जात असे.

जलव्यवस्थापनाचा विचार

तयार केलेल्या सार्वजनिक उद्यानात किंवा घराभोवतीच्या बागेत असलेल्या पुष्करिणीमध्ये नदीचे प्रवाह (कालवे) सोडावेत. पुष्करिणी म्हणजे देवालयासमोरचा किंवा मुद्दाम बांधलेला तलाव किंवा हौद. पुष्करिणीचे फायदे : (१) शोभा वाढते. (२) नदीप्रवाहामुळे हौदात सातत्याने पाणी असते. (३) उद्यानातील वृक्षांसाठी पाण्याची उपलब्धता असते.

अग्निपुराणातील वृक्षायुर्वेदामध्ये वनस्पतीच्या वाढीसाठी, संरक्षणासाठी विविध प्रक्रियांचा प्रथम उल्लेख आलेला आहे. पुढे सुरपालांच्या वृक्षायुर्वेदामध्ये त्याच्या विस्तृत प्रक्रिया आढळतात.

तूप, चिखल, ओली माती यांचा लेप देऊन गार पाण्याने सिंचन करावे. नंतर कुळीथ, उडीद, मूग, जव, तीळ हे पाण्यात मिसळून त्याचे सिंचन करावे.

- बृहत्संहितेत (श्लोक १६) हा उपाय फलनाश व पुष्पनाश झाला असता करण्यास सांगितले आहे. येथे फक्त फलनाशावरच उपाय सांगितला आहे. हा दोहोंमधला फरक आहे. दुसरा एक फरक असा आहे, की बृहत्संहितेत (श्लोक १६) कुळीथ, उडीद, मूग, जव व तीळ हे पदार्थ दुधात शिजवून थंड करून सिंचन करण्याचा उल्लेख आहे.
- वृक्षांना फुले व फळे येण्यासाठी तूप आणि गार पाणी किंवा दूध यांचे सिंचन करण्यासाठी सांगितले आहे.
- वृक्षांवर सिंचन करण्यासाठी अन्य उपायही सांगितले आहेत. श्लोक १२मध्ये मेंढ्या, बोकड यांच्या विष्ठेचे चूर्ण, जवाचे चूर्ण, तीळ, बैलाचे मास आणि पाणी सात रात्रींपर्यंत ठेवावे. रोग झालेल्या सर्व वृक्षांवर सिंचन केल्यास फळे व फुले यांची भरपूर वाढ होते. श्लोक १४मध्ये मत्स्य जल (माशांच्या पाण्याने) सिंचन केले असता वृक्षांची वाढ होते.
- शेवटच्या पंधराव्या श्लोकात रोगपीडित वृक्षांचे दोहद म्हणजे डोहाळे सांगितले आहेत. त्यानुसार वनस्पतीला विडंग व तांदूळ यांनी मिश्रित मासे आणि मांस पुरवल्यास सर्व वृक्षांच्या रोगांचा नाश होतो.

❑

‘कृषी पराशर’मधील कृषी व्यवस्थापन

ऋषी पराशर यांनी पावसाला यज्ञ-हवनातून मुक्त केले. पावसासंदर्भातील शास्त्रीय विचाराला मोकळी वाट करून देण्याचे श्रेय त्यांना दिलेच पाहिजे. आपल्या ग्रंथात त्यांनी बी-बियाणे आणण्यापासून धान्याचे साठवण करण्यापर्यंत शेतीसंबंधीच्या १७ क्रिया-व्यापारांचा कालक्रमवार आराखडाच शेतकऱ्यांसाठी दिला आहे.

ख्रिस्तपूर्व १०० वर्षांमध्ये तक्षशीला (सियालकोट) प्रदेशात पराशर ऋषींनी कृषिशास्त्रविषयक जगातील पहिला स्वतंत्र ग्रंथ लिहिला. हा ग्रंथ संस्कृत भाषेत असून, ‘कृषी पराशर’ या नावाने प्रसिद्ध आहे.

ऋषी पराशर यांना परंपरेने ऋषी मानले गेल्याने त्यांच्या प्रत्येक शब्दाला पावित्र्य व गांभीर्य लाभले आहे. त्यांनी मांडलेल्या विचाराला कायद्याइतके महत्त्व आहे. ‘कृषी पराशर’ या ग्रंथाचे मुख्य वाक्य *‘सुस्था भवन्तु कृषका धनधान्यसमान्वित:।’* (सर्व शेतकऱ्यांना सुख, समृद्धी व आरोग्य लाभो.)

कृषी पराशरमधील फलज्योतिष गणना अत्यंत महत्त्वाची. (सूर्य एका ठरावीक राशीत असेल आणि त्या वेळी चंद्र एका विशिष्ट नक्षत्रात असेल तर संधी फलज्योतिषात महत्त्वपूर्ण.)

शेतीचे ज्ञान व शेतीमंत्र भारतीय संस्कृतीचा अविभाज्य भाग आहे. शेती व भारतीय यांचे नाते अतूट आहे. कृषी पराशर ग्रंथामध्ये शेतीविषयक कामकाजाचे विवेचन (कृषिकर्म विवेचन) केले असून, शेतकऱ्यांच्या हिताला (*कृष्णकाणां हितार्थाय*) प्राधान्य दिलेले आहे. त्यामध्ये अन्नमहत्त्व, पर्जन्यवृष्टीचे ज्ञान, शेतकामाचे व्यवस्थापन, गुरांचे व्यवस्थापन, उत्सव, नांगर व इतर अवजारे, बियाणे संरक्षण, पेरणी, पाणी साठवणूक, झोडपणीचा खांब, पुष्ययात्रा उत्सव अशा अनेक विषयांचा समावेश आहे.

बी-बियाणे विचार

पराशर ऋषींनी बियाणे कशी मिळवावीत व कशी साठवावीत, त्यांचे कसे संरक्षण करावे, याची माहिती दिली आहे. (श्लोक क्र. १५७-१६७).

माघ महिन्यात (फेब्रुवारी) किंवा फाल्गुन महिन्यात (मार्च) बियाणे मिळवावीत, ती जमिनीवर न ठेवता उन्हात वाळवावीत. (श्लोक क्र. १५७)

बियाणे छोट्या बरण्यांत ठेवून, त्यातील इतर झाडांच्या बिया व वाळके गवत काढून टाकावे, वेगवेगळ्या प्रकारच्या बिया आढळल्यास मोठी हानी होते. (श्लोक क्र. १५९) एकसारख्या असणाऱ्या बियांचा परिणाम उत्तम होतो. म्हणून एकसारख्या बिया मिळवण्याची खटपट करावी. जिथे पांढऱ्या मुंग्यांचा उपद्रव असतो, अशा जागी बियाणे ठेवू नयेत. गोठ्यात व प्रसूतिगृहात बियाणे ठेवू नयेत.

बियांची काळजी

शेतकऱ्याने तूप, तेल, ताक दिवा किंवा मीठ

प्राचीन भारतातील कृषिविषयक अधिक माहिती	कृषी शब्दाच्या अर्थच्छटा
• राज्याची सुबत्ता ही चांगल्या शेतीवर अवलंबून असते. 'हे राज्य श्रीमंत आहे, कारण या राज्यात पशू व शेती दोन्हींची काळजी घेतली जाते,' (पतंजली) असे उल्लेख आहेत. • कृषी क्षेत्र : विस्तृत ज्ञान शाखा, प्राप्तीचा मुख्य स्रोत, राज्याच्या अर्थव्यवस्थेचा मुख्य कणा • प्राचीन भारतातील शेतीचे अभ्यासक : कृषि-विज्ञानाचा पाया म्हणून वराहमिहिरने पराशर, गर्ग, काश्यप या तिघांचा उल्लेख केला आहे.	• कृषी - कृषक, कर्षक - नांगर चालवणारा • कृषी - कृष् - नांगरणे, लागवड करणे • ओढणे - ओढत नेणे - नांगरणे • आपल्या ताब्यात असणे, नांगरण्याने जमीन मानवाच्या हुकमतीखाली • मिळवणे, संपादन करणे - अन्न मिळवणे • फाडणे, दुःख देणे - श्रद्धाळू मानवाला लागवड करताना जमिनीला क्लेश देत असल्याची अपराधी भावना असते. • तेलुगू भाषेत - दुःख देणे हाच कृषीचा अर्थ

चुकूनसुद्धा बियाणांवर ठेवू नये. (श्लोक क्र. १६३)

दिवा, अग्नी यांच्या सान्निध्यातील बियाणे, पावसात भिजलेले, आपण खड्ड्यात ठेवलेले बियाणे फेकून द्यावे. (श्लोक क्र. १६४)

चेपल्या गेलेल्या बिया अथवा कनिष्ठ प्रतीच्या गोष्टी मिसळलेल्या बिया चुकूनही पेरू नयेत. कनिष्ठ प्रतीच्या गोष्टी किंवा शिळे अन्नधान्य मिसळलेल्या बिया पेरल्यास त्या उगवणार नाहीत. (१६५)

सफल होऊ न शकणाऱ्या बिया शेतकरी, खत, नांगराने जमिनीला पाडलेली भेग, बैल आणि मोठ्या प्रमाणात पावसाळी ढग या सर्वांच्या प्रयत्नांना निष्फळ ठरवतात. (श्लोक क्र. १६६)

या सर्व सूचना तीळ, तांदूळ, बार्ली (जव) यांच्या बिया पेरण्यासाठी उपयुक्त आहेत. या बिया मिळवण्यासाठी व त्यांची नीट साठवण व संरक्षण करण्यासाठी जास्तीत जास्त प्रयत्न करावेत. कृषी प्रामुख्याने बियाण्यांवर अवलंबून आहे. (१६७)

सर्वांत महत्त्वाचे

पावसाला ऋषी पराशर यांनी यज्ञ, हवन यातून मुक्त केले. पावसासंदर्भातील शास्त्रीय विचाराला मोकळी वाट करण्याचे श्रेय त्यांना दिलेच पाहिजे. आपल्या ग्रंथात ते बी-बियाणे आणण्यापासून ते धान्याचे साठवण करण्यापर्यंत शेतीसंबंधीच्या १७ क्रिया-व्यापारांचा कालक्रमवार आराखडाच शेतकऱ्यांना देतात.

- आषाढ-श्रावण महिन्यांत पिकांच्या मुळांच्या दुतर्फा मातीचे लहान बांध घालावेत. म्हणजे पाणी वाहून न जाता मुळाशी मातीत झिरपेल. (श्लोक क्र. १८६)
- भाद्रपद महिन्यात अनावश्यक असलेल्या पाण्याला वाट करून द्यावी, म्हणजे कीड, रोग यांचे भय राहणार नाही.
- आश्विन-कार्तिक महिन्यांत पिण्यासाठी पाणी साठवण्याची सोय करून ठेवावी. या जलरक्षणाचे कुलस्त्री परिरक्षणाइतकेच महत्त्व आहे, असे मत पराशर मांडतात. (१९९६, १९७) जो राजा शेतीच्या कर्तव्यात अग्रक्रम देतो, त्यावरून त्याचे भूपालत्व ठरते, असे पराशर मानतात.

❑

कृषी पराशर : नांगरणी ते पशुपालन संदर्भात मार्गदर्शन

ऋषी पराशर यांच्या ग्रंथातील मोठा भाग वृष्टिज्ञानाने व्यापलेला आहे. निसर्गघटनांचे अवलोकन व खगोलज्ञान यांच्या आधारे पावसाचे अंदाज आणि त्यानुसार शेतीचे नियोजन हाच या ग्रंथाचा गाभा आहे. पराशराला अभिप्रेत असलेले वृष्टिज्ञान यावर अवलंबून आहे.

प्राचीन काळातील ऋषी पराशर यांनी लिहिलेल्या कृषी पराशर या पहिल्याच कृषिविषयक ग्रंथाचा हेतू 'कृषिकर्मविवेचन' असल्याचे ग्रंथाच्या प्रारंभीच सांगितले आहे.

पिकांच्या लागवडीसाठी हवामानाचे महत्त्व अनन्यसाधारण आहे. ढगांच्या मासिक निरीक्षणावरून पावसाचे अनुमान करण्याच्या पद्धती विशद केल्या आहेत. नक्षत्र व पाऊस यांचा संबंध आणि दुष्काळाची लक्षणे सांगितली आहेत. गो-पालनाविषयी माहिती दिली आहे.

नांगरणी व अन्य बाबी

- जमिनीची नांगरणी का, कशी व केव्हा करावी, हे पराशराने सांगितले आहे.
- लाकडी नांगराच्या आठ भागांचे वर्णन करून त्यांची मापे निर्देशित केली आहेत. विधाका म्हणजे २१ खुंटींचा वखर (स्पटूक टूथ हॅरो), नांगरणीनंतर ढेकळे फोडण्यासाठी माडीका (पाटा) वापरतात.
- पेरणीसाठी बियाण्यांचा संग्रह केव्हा करावा आणि त्यांचे संरक्षण करण्याविषयी माहिती दिली आहे.
- बियाण्यांची पेरणी करण्याचा कालावधी व पद्धती दिली असून, पिकात दोन वेळा निंदण करण्यास सांगितले आहे.
- शेतातील पाण्याच्या निचऱ्याचे महत्त्व विशद केले आहे.
- शेतातील पिकांचे किडी, रोग, शेळी, रानडुक्कर, हरीण, म्हैस, पोपट, चिमण्या, पतंग (कीटक) यांच्यापासून संरक्षण करण्यास सांगितले आहे.
- कार्तिक (नोव्हेंबर) महिन्यात पिकात खांब रोवून, तेथे दहीभात, धान्याचे दाणे व ताडाची फळे ठेवण्यास सांगितले आहे. त्यामुळे पक्षी आकर्षित होऊन पिकावरील किडी खातील, हा उद्देश असावा. जो हे करणार नाही त्याला पिकापासून योग्य लाभ मिळणार नाही, असेही नमूद केले आहे.

पावसाचे ज्ञान हे जीवनाचे मूळ आहे

पराशर ऋषी हे कृषीचा शास्त्रीय पद्धतीने विचार करणारे पहिले द्रष्टे आहेत. शेती ही सर्वस्वी पावसावर अवलंबून आहे. पाऊस हा प्रार्थना करण्याची देवता नसून, अभ्यासाने समजून घेण्याचा विषय आहे, असे मत त्यांनी निर्भयपणे

मांडले. *'वृष्टिमूल कृषी : सर्वा वृष्टिमूलं ही जीवनम् तस्मादादौ प्रयत्नेन वृष्टिज्ञानं समाचरेत्।'* (१०) पराशर ग्रंथामध्ये मोठा भाग वृष्टिज्ञानाने व्यापलेला आहे. पराशरांच्या कृषिशासनात सृष्टिघटना आणि ग्रहस्थिती यावरून केलेले पावसाचे अंदाज आणि त्यानुसार शेतीचे नियोजन हेच मुख्यत्वेकरून आहे. हे मांडताना त्यांच्यासमोर 'देवमातृक' देशातील शेती असावी. पराशरांना अभिप्रेत असलेले वृष्टिज्ञान निसर्गघटनांचे अवलोकन व खगोलज्ञान यावर अवलंबून आहे.

शेणखत बनवण्यासाठी विशिष्ट पद्धत

माघ (फेब्रुवारी) महिन्यात शेणाच्या ढिगातील शेण फावड्याने उचलून ते उन्हात वाळवावे. त्यानंतर शेणाचे गोळे फोडून ते चूर्ण शेतातील प्रत्येक खड्ड्यात भरावे. पेरणीच्या वेळी हे खत शेतात पसरावे. खताविना पिकांचे उत्पादन मिळत नाही. या पद्धतीमुळे शेतातील ओलावा व अमोनिया नष्ट होत नाही, शिवाय सकस शेणखत पिकांना मिळते. (श्लोक क्र. १०९-१११)

जनावरांचे व्यवस्थापन

- अन्न आणि शेती दोहोंसाठी महत्त्वाची साधनसंपत्ती असलेल्या जनावरांचे व्यवस्थापन करण्याविषयी अनेक श्लोक आहेत. गुरांची सफाई, त्यांची प्रकृती व त्यांचे खाद्य यांचे विवेचन (श्लोक क्र. ८४ ते ९८), गुरांसाठी उत्सवाचे वर्णन (श्लोक ९९ ते १०४), गुरांना स्वच्छ करून शेणाची विल्हेवाट लावण्यासाठी व गुरांची ने-आण करण्यासाठी शुभाशुभ दिवस (श्लोक क्र. १३, ९४, १०५ ते १०८) पराशरांनी सांगितले आहेत. आजही भारतातील अनेक भागांत रविवार, मंगळवार आणि शनिवार हे दिवस महत्त्वाच्या कामासाठी अशुभ मानले जातात.
- गुरांना उसाचे वैरण, बार्ली, गहू अशा प्रकारचे साधे पोषक अन्न देण्याबद्दल आणि त्यांना चरायला सोडण्याबद्दल उल्लेख आहे. (श्लोक क्र. ८६)
- प्रत्येक गायीला व बैलाला आवश्यक जागेची गरज ग्रंथात नमूद केलेली आहे. ही जागा पाच पावले म्हणजे अंदाजे ३.७५ मीटर ही जर लांबी धरली तर रुंदी साधारण गुराच्या रुंदीइतकी, अधिक हालचाल करण्यासाठी थोडी जास्त इतकी असावी. वेगवेगळ्या जातीच्या जनावरांचा विचार केल्यास ही रुंदी साधारणपणे १.७५ मीटर असावी. म्हणजे गुरासाठी ६ वर्गमीटर क्षेत्रफळाची जागा असावी. आजही प्रत्येक गुरासाठी दीड मीटर क्षेत्रफळाची जागा असावी, असेच सुचवले जाते. (श्लोक क्र. ८९, सिंग १९९४)
- कांस्य धातूचे भांडे, उकळलेल्या तांदळावरचा वा कोणत्याही धान्यावरचा तवंग, मासे धुण्यासाठी वापरलेले पाणी आणि कापसाच्या बिया गुरांसाठी निषिद्ध आहेत. (श्लोक ९०)
- एकापेक्षा अधिक बैलजोड्या एकाच वेळी नांगरास जुंपून थोड्या अवधीत काम संपवण्याविषयी माहिती दिली आहे. शेतकऱ्यांकडे किमान चार बैलजोड्या असणे आदर्श आहे. एकापेक्षा अधिक नांगर व

प्राचीन काळातील कृषिशास्त्रावरील प्रमुख ग्रंथ

(१) कृषी पराशर (२) कश्यप ऋषी लिखित कृषिमुक्ती (३) कश्मिरी पंडित लिखित मेदातिथी (४) सुरपाल लिखित वृक्षायुर्वेद (५) वराहमिहिर लिखित बृहत्संहिता (६) शारंगधर लिखित शारंगधर पद्धती (उपनिविनोद) (७) चक्रपाणी मिश्र लिखित विश्ववल्लभ (८) पुरानानुरू (तमीळ भाषेतील ग्रंथ) (९) चामुंडराय लिखित लोकोपकार (१०) कृषिगीता (११) कृषिशासनम्

बैलजोड्या असणे इष्ट आहे. अर्थात, ही माहिती थोडी संदिग्ध आहे. (श्लोक क्र. ९६ ते ९८)

जनावरांचे उत्सव

- कार्तिक महिन्याच्या पहिल्या दिवशी (ऑक्टोबर-नोव्हेंबर) गुरांचा उत्सव साजरा केला जातो. (श्लोक क्र. ९९ ते १०४) जनावरांना स्वच्छ करून, त्यांच्या संपूर्ण शरीरास व शिंगांना हळद व तेल चोळले जाते. त्यांचे शरीर व शिंगे वेलींनी सजवली जातात. या वेलींची पाने लालसर असतात. वैदिक संस्कृतीत लाल रंग हा नेहमी शुभ मानला जातो. (पुरातन ग्रीक साम्राज्यात विजयी वीरांना याच लारस वेलीच्या पानांचा मुकुट करून घालत असत, ही गोष्ट लक्षणीय आहे.)
- गुराखी स्वत:च्या शरीराला केशरयुक्त चंदनाची उटी लावत असत. मानवी शरीराचा गंध लपवण्यासाठी तसे करत असावेत. गुरांचे मालक आपापल्या प्रमुख बैलांना घेऊन गावात मिरवणूक काढत असत.
- वेदकालीन लोकांच्या जीवनातील ही एक महत्त्वाची प्रमुख बाब होती. सजीव व निर्जीव दोन्ही प्रकारच्या उपयुक्त गोष्टींबद्दल ते कृतज्ञता व्यक्त करत. ही प्रथा आजही चालू आहे. आश्विन महिन्यात शुक्ल पक्षातील दशमीला सर्व उपयुक्त वस्तूंची (गाडी, हत्यारे वगैरे) पूजा केली जाते.
- आजही आपल्या भारतातील खेड्यांमध्ये अशाच प्रकारे उत्सव साजरा केला जातो. फक्त उत्सवाचा दिवस वेगवेगळा असतो.

❑

पर्जन्याचा अंदाज घेण्याच्या विविध पद्धती

कृषी पराशर ग्रंथातील पहिल्या १० श्लोकांत पराशर ऋषींनी शेती, शेतकरी व अन्नाचे उत्पादन या सर्वांचे महत्त्व सांगितले आहे. शेती पावसावर आधारित असल्याने पर्जन्याचा, हवामानाचा अंदाज घेण्याच्या विविध पद्धती सांगितल्या आहेत.

कृषी पराशर ग्रंथात शेतीचे महत्त्व वर्णिलेले आहे. ऋषी पराशर म्हणतात, जो मनुष्य शेती करतो, तोच खऱ्या अर्थाने 'भूपती' (भूमीचा धनी) असतो. एखाद्या श्रीमंताकडे कितीही सोने-चांदी, दागदागिने, कपडे असले, तरी त्याला शेतकऱ्यांकडे अन्नधान्यासाठी कळकळीची याचना करावी लागते. एखाद्याने गळ्यात, कानात, हातात, सोन्याचे दागिने घातले; पण त्याच्याकडे अन्न नसेल, तर तो भुकेने व्याकूळ होतो. शेतीमुळे मात्र कोणाचेही याचक होण्याची वेळ येत नाही.

अन्न म्हणजे जीवन. अन्न म्हणजे शक्ती, बळ. अन्न म्हणजे सर्वस्व. देव, दानव, मानव सर्व अन्नावरच जगतात. शेतीशिवाय धान्य नाही. म्हणून सर्वांनी शेती करण्याचेच कष्ट घ्यावेत.

तमीळ कवी तिरुवल्लीवर (इ.स. १२५) यांनीही असेच विचार मांडले आहेत. ते म्हणतात, आपल्या पिकाच्या भरघोस, दाणेदार कणसांच्या सावलीत, ज्यांचे शेत झोपते, त्या मंडळींकडे पाहा. त्यांच्याच राज्याच्या छत्रीखाली राजे-महाराजांच्या छत्र्या वाकतील (अय्यर १९९८).

पर्जन्यवृष्टी व ज्योतिषशास्त्र

कृषी पराशरमधील २४३ श्लोकांपैकी, निदान ११७ श्लोकांमध्ये फलज्योतिषविषयक काही संदर्भ आहेत. त्यावरून त्या काळी असलेल्या ज्योतिषशास्त्राचे महत्त्व लक्षात येते.

शेती ही संपूर्णपणे पावसावर अवलंबून असते. म्हणजेच आपले जीवन हे पावसावर अवलंबून असते. म्हणून सर्वप्रथम पावसाविषयी ज्ञान मिळवण्यासाठी धडपड करायला हवी, असे पराशरांचे मत आहे. पर्जन्यवृष्टीबद्दलचा अंदाज त्यांनी ६९व्या श्लोकामध्ये याच ज्योतिषशास्त्राच्या आधारे सांगितला आहे. दर वर्षी एक विशिष्ट ग्रह सत्तेवर असतो व दुसरा ग्रह त्याच्या दुय्यम असतो. विशिष्ट ढगांवर पर्जन्यवृष्टीचे प्रमाण अवलंबून असते. प्रबळ व सत्ता गाजवणारा ग्रह शोधण्याची पद्धत त्यांनी सांगितली आहे.

संपूर्ण वर्षाचा किंवा वर्षातील काही महिन्यांतील पर्जन्यवृष्टीचा आणि अचानक पाऊस येण्याचा अंदाज वर्तवण्यासाठी पराशर ऋषींनी अनेक पद्धतींचा उल्लेख केला आहे. वार्षिक पर्जन्यवृष्टीचा अंदाज वर्तवण्यासाठी ग्रह, ढगांचे प्रकार, वाऱ्याची दिशा, धुके, नदीच्या पाण्याची पातळी, सूर्याचे मेषातून होणारे

संक्रमण व इतर नक्षत्रांशी संबंध यावर आधारित या पद्धती आहेत.

- सूर्य जर प्रबळ सत्ताधारी असेल, तर सरासरी पाऊस पडतो. डोळ्यांचे आजार, ज्वर येणे आणि इतर अनेक अरिष्टे, तुटपुंजा पाऊस, सतत वाहणारा वारा ही काही त्या वर्षाची वैशिष्ट्ये.
- चंद्र प्रबळ असेल तर मुसळधार पाऊस पडतो. ज्या वर्षी चंद्र सत्ताधारी असतो, तेव्हा उत्तम पीक निघून पृथ्वी संपन्न होते आणि मानवाला ते वर्ष आरोग्यदायी असते. मंगळ प्रबळ असेल तर तुटपुंजा पाऊस पडतो. ज्या वर्षी मंगळ प्रभावी असतो, तेव्हा पिकांचे नुकसान होते आणि आजार फैलावतात. पृथ्वीवर पिकांचा अभाव असतो. (श्लोक क्र. १७)
- बुध सत्ताधारी असेल तर चांगला पाऊस पडतो. त्या वर्षी पृथ्वी रोगराईपासून मुक्त असते. वाहतूक सुरळीत चालते. पीक भरपूर येते. सर्व प्रकारच्या धान्यांनी पृथ्वी पावन झालेली असते. (श्लोक क्र. १८)
- जर गुरू त्या वर्षीचा राजा ग्रह असेल तर पाऊस समाधानकारक पडतो. त्या वर्षी पृथ्वीवर धर्म प्रबळ असतो. लोकांना शांती लाभते. पाऊस चांगला पडतो. संपूर्ण पृथ्वीला सुबत्तेचा आनंद मिळतो. (श्लोक क्र. १९)
- शुक्र हा दानवांचा गुरू असून, ज्या वर्षी त्याची सत्ता असते, तेव्हा निश्चितपणे राजांची भरभराट होते. सुबत्ता आणि विपुलता लाभते. शुक्र उत्तम पाऊस दर्शवतो. नाना प्रकारचे उत्तम धान्य लाभून पृथ्वी धन्य होते. (श्लोक क्र. २०)
- ज्या वर्षी शनी प्रबळ सत्ताधारी असतो, तेव्हा युद्ध, वादळी पाऊस, रोगराईचा उद्रेक या गोष्टी हटकून घडतात. पाऊस अत्यल्प असतो व वारे सतत वाहतात. शनिराजा पृथ्वीस कोरडे आणि धुळकट ठेवतो. (श्लोक क्र. २१)

ढगांचे प्रकार

पराशराने आवर्त, संवर्त, पुष्कर आणि द्रोण असे ढगांचे प्रकार सांगितले आहेत.

प्रत्येक वर्षी कोणत्या प्रकारचे ढग आहेत, हे शोधण्याची पद्धत पराशर देतात. किती प्रकारे अग्नी आहेत, तो आकडा (तीन) त्या वर्षी जे शक आहे किंवा असेल त्या आकड्यात मिळवायचा, नंतर जितके वेद आहेत, त्या आकड्याने म्हणजे चारने त्याला भागायचे. भाग गेल्यानंतर जो आकडा शिल्लक राहील, त्यावरून ढग कोणत्या प्रकारचे आहेत, ते कळते. उदाहरणार्थ, क्रमांकाप्रमाणे आवर्त वगैरे. (श्लोक क्र. २३)

आवर्त ढगांमुळे काही भागांतच पाऊस पडतो. संवर्तामुळे सगळीकडे पाऊस पडतो. पुष्कर ढगात पाणी अल्प प्रमाणात असते. द्रोण ढग मात्र पृथ्वीला भरपूर पाणी देतात. (श्लोक क्र. २५)

किती पाऊस पडेल हे ठरवण्याची पद्धत

- पाऊस किती प्रमाणात पडणार आहे, याचा अभ्यास करून, त्याप्रमाणे शेतीची योजना आखण्यास या ग्रंथात सांगितले आहे. प्राचीन काळी पाऊस मोजण्यासाठी 'आढक' हे परिमाण आहे. १०० योजने सपाट व ३० योजने खोल जागेत साठलेले पाणी मोजून आढके (जल आढके) ठरवतात.
- जेव्हा सूर्य कर्क राशीत प्रवेश करतो आणि जेव्हा चंद्र कन्या, मेष, वृषभ अथवा मीन राशीमध्ये असतो, तेव्हा १०० आढके पाऊस पडतो. जेव्हा सूर्य मिथुन, सिंह राशीत असतो, तेव्हा ८० आढके पाऊस पडतो.
- जेव्हा सूर्य कर्क, कुंभ अथवा तूळ राशीत असतो, तेव्हा ९६ आढके पाऊस पडतो.
- पर्जन्य देवता इंद्र नेहमी पावसाच्या पाण्याचे दहा भाग समुद्राला बहाल करतो, सहा भाग पर्वताला व चार भाग पृथ्वीला देतो.

पर्जन्यवृष्टी अंदाज

श्लोक क्र. ४८ ते ५२ मध्ये ठरावीक दिवशी बदलणारी नदीच्या पाण्याची पातळी सांगितली आहे.

- महिन्याच्या शुक्ल पक्षातील पहिल्या दिवशी वाहत्या नदीच्या पाण्यात रात्री एक दांडा ठेवून पावसाचे निरीक्षण करावे. 'ॐ सिद्धी' या मंत्राचा दोनशे वेळा जप करून त्या दांड्यावर एक खूण करून, त्या खुणेपर्यंत दांडा पाण्यात बुडवून ठेवावा. सकाळी या खुणेचे निरीक्षण करावे. पाण्याची पातळी वाढली आहे, की कमी झाली आहे, हे पाहून त्या वर्षी किती पाऊस झाला हे समजून घेता येईल. जर पातळी तितकीच असेल, तर पाणी व पाऊस गतवर्षीइतकाच असेल. जर पातळी कमी झाली असेल तर गतवर्षीपेक्षा पाऊस व पाणी तुलनेने कमी असेल. केलेल्या खुणेपेक्षा पाण्याची पातळी अधिक उंचावर असेल तर पाऊस व पाण्याचे प्रमाण दुप्पट असेल. पर्जन्यवृष्टीचा अंदाज वर्तवण्यासाठी पराशरांनी हे मानक दिले आहेत.
- सूर्याचे मेषातून संक्रमण होत असताना, समुद्र नावाचा नक्षत्रसमूह असेल तर अतिवृष्टी सूचित होते. पर्वत नावाचा नक्षत्रसमूह असेल तर दुष्काळ सूचित होतो. कक्षा नावाचा नक्षत्रसमूह, तीर संगम नावाचा नक्षत्रसमूह असेल तर उत्तम पाऊस सूचित केला जातो.

डॉ. नेने यांच्या मतानुसार, काळानुसार ज्योतिषशास्त्रावर आधारित हे सर्वसामान्य गणिती आराखडे आहेत. प्रत्येक रीत इतकी साधी-सोपी होती, की कोणताही सामान्य शेतकरी शक दिनदर्शिकेची माहिती असल्यास सहजपणे हे श्लोक पाठ करून या पद्धती शिकू शकत होता. एकाच पद्धतीवर अवलंबून पर्जन्यवृष्टीचा नक्की अंदाज वर्तवता येत नाही. आणखी काही पद्धती विकसित झाल्या आहेत. आपण मात्र पर्जन्यवृष्टीचा नक्की अंदाज सांगण्याचे काम हळूहळू विद्वानांवर सोपवून दिले.

❑

हवामानाची स्थिती

श्लोक क्र. ३० ते ३३ पर्यंत वाऱ्याची दिशा पराशरांनी सांगितली आहे :

- अडीच दिवस हे परिमाण धरून वाऱ्याच्या दिशेचा अभ्यास करावा. तज्ज्ञांनी पौष महिन्यापासून दर महिना पाऊस किती पडला किंवा पडला नाही, हे मोजावे.
- उत्तरेकडून व पश्चिमेकडून येणारा वारा पाऊस पडेल, असे सूचित करतो. पूर्वेकडून व दक्षिणेकडून येणारा वारा पावसाचा अभाव दर्शवतो. वातावरणात वाऱ्याची हालचालच नसेल तर पाऊस नाही, असे समजावे. आणि वाऱ्याची अनियमित हालचाल असेल तर पाऊस अनियमित पडेल, असे सूचित होते.
- पौष महिन्यात पाऊस किंवा धुके असेल, तर सातव्या महिन्यात पूर येण्याची शक्यता आहे. (श्लोक क्र. ३५)
- महिन्यात पाच दंड हे दिवसाचे परिमाण आहे. महिन्याच्या पहिल्या १५ दिवसांत दिवसा पाऊस पडतो व दुसऱ्या १५ दिवसांत रात्री पाऊस पडतो. पताका लावलेला एक दांडा रोवून मागोवा घ्यावा.

शेतीतील व्यवस्थापन कौशल्य

ऋषी पराशरांनी त्या काळाशी संबंधित उदाहरणे देत शेतीसाठी उत्तम व्यवस्थापनाची गरज असल्याचे सांगितले आहे (श्लोक क्र. ७९ ते ८३). २००० वर्षांपूर्वीची ही माहिती आजही उपयुक्त ठरू शकते. जोपर्यंत शेती अस्तित्वात आहे, तोपर्यंत पराशराचे हे मार्गदर्शन अत्यंत उपयोगाचे ठरेल.

पराशर म्हणतात, शेताचे व्यवस्थापन योग्य प्रकारे झाल्यास शेत तुम्हांला सोन्यासारखे पीक देईल आणि शेताची हेळसांड केल्यास तुम्हांला दारिद्र्य येईल.

- शेती, गुरे, धंदा, नारी आणि राजकुटुंब यांच्याकडे थोडा वेळ जरी दुर्लक्ष झाले तरी त्यांचा तत्काळ नाश होतो.
- लोकांचे कल्याण करण्याची ज्याला प्रेरणा आहे आणि जो हुशार व कार्यक्षम आहे, अशांनीच शेती करावी. असमर्थ शेतकरी शेवटी स्वत:लाच दरिद्री बनवतो.
- जो शेतकरी आपल्या गुरांच्या हिताची काळजी घेतो, जो दररोज शेतावर जातो, ज्याला ॠतूंचे ज्ञान आहे, बियाण्यांच्या बाबतीत जो दक्ष असतो, आणि जो कष्टाळू आहे, त्याला उत्तम पिकाचे फळ मिळते. ते कधीही नाश पावत नाही.

गुरांची काळजी व व्यवस्थापन

- अन्न आणि शेती या दोहोंसाठी गुरे ही महत्त्वाची साधनसंपत्ती आहे. श्लोक क्र. ८४ ते १११ मध्ये गुरांचे व्यवस्थापन काटेकोरपणे झाले पाहिजे, हे पराशरांनी सांगितले आहे.
- जमीन कसताना बैलांना कोणत्याही प्रकारची इजा होता कामा नये. बैलांचे स्वास्थ्य गमावून मिळालेल्या पिकांचा काही उपयोग होत नाही.
- बैलांना कोणते पोषक अन्न द्यावे, हे पराशरांनी सांगितले आहे. उसाची वैरण, बार्ली, गहू हे पोषक अन्न द्यावे व रोज सकाळ-संध्याकाळ त्यांना चरायला सोडावे. म्हणजे ते कधीही अशक्त आणि दुर्बल होत नाहीत.
- जो शेतकरी बैलाचा गोठा मजबूत, स्वच्छ, शेणविरहित ठेवतो, त्याचे बैल पोषक आहाराशिवाय सुस्थितीत राहतात.
- आपल्या गोठ्यातून बाहेर पडताना बैल शेणाने आणि मूत्राने माखलेले असतील तर त्यांना पोषक आहार देऊनही काही उपयोग नाही.
- पाच पावलांचा गोठा (गुरांना पाच पावले चालता येईल इतका प्रशस्त) हा गुरांसाठी चांगला गोठा मानला जातो. सूर्य, सिंह राशीतून जात असताना (जुलै-ऑगस्ट) मात्र गोठ्याचे बांधकाम करू नये. गुरांच्या गोठ्याजवळ कांस्य धातू, कांस्य भांड्यात ठेवलेले पाणी, मासे धुण्यासाठी वापरलेले पाणी व कापसाच्या बिया आणू नयेत.

या गोष्टी गुरांसाठी निषिद्ध आहेत, असे म्हटले आहे. गरजेपेक्षा अधिक कांस्य जनावरांसाठी हानिकारक असते. मासे धुतलेल्या पाण्यात हानिकारक सूक्ष्मजंतू, जीवाणू असण्याची शक्यता असते. त्यातील कापसाचे बारीक तंतू जनावरांच्या नाकात जाण्याची भीती असते.

- प्रत्येक गायीला व बैलाला किती जागेची गरज आहे, हे ग्रंथात नमूद केले आहे. ही जागा पाच पावले असावी, म्हणजे अंदाजे ३.७५ मीटर असे सांगितले आहे. ही जर लांबी धरली तर रुंदी साधारण गुरांच्या रुंदीइतकी म्हणजेच अधिक हालचाल करण्यासाठी थोडी जास्त असावी. आजही प्रत्येक गुरासाठी ६ वर्गमीटर क्षेत्रफळाची जागा असावी, असेच सुचवले आहे (सिंग, १९९४).
- शेणाची विल्हेवाट रविवारी, मंगळवारी किंवा शनिवारी लावू नये, असे पराशरांचे मत आहे.
- ज्या गोठ्यात संध्याकाळी दिवा पेटवला जात नाही, तेथे संपत्तीची देवी लक्ष्मी हिचा आशीर्वाद मिळत नाही. अशा घराकडे पाहून गुरे अश्रू ढाळतात, असे चिंतनपर मतही पराशर मांडतात.
- शेतकऱ्याकडे चार बैलजोड्या असणे आदर्श आहे. म्हणजे त्याच्याकडे नेहमीच एक तरी आरोग्यपूर्ण बैलजोडी तयार राहील. तसेच एकापेक्षा अधिक नांगर असणे इष्ट आहे. याचा अर्थ एकाच वेळी दोन नांगर वापरता येतील. विशेषतः शेतकऱ्याकडे एकापेक्षा अधिक बैलजोड्या असल्यास हे सहज शक्य होईल.

महाभारतातील कृषिसंदर्भ

महाभारत हे जनमानसामध्ये मोलाचे स्थान मिळवलेले महाकाव्य आहे. त्यामध्ये वृक्ष-वनस्पतींचे निरीक्षणजन्य निष्कर्षरूप ज्ञान कथेच्या ओघात उपमा-रूपकांच्या रूपाने ग्रथित झालेले आढळून येते.

वनस्पतींच्या चैतन्याविषयीचे उल्लेख

- महाभारतातील मोक्षधर्मपर्वात (१२.१७४) वृक्ष-वनस्पती संवेदनशील असतात. त्या चेतन असतात. केवळ चैतन्ययुक्तच नाहीत, तर पंचेद्रियांद्वारा होणारे ज्ञानही त्यांना होत असते. मोक्षधर्मपर्वात (१२.१७४) भृगूऋषी सृष्टीचे वर्णन करताना 'पंचमहाभूतांनी व त्यांच्या गुणांनी सगळी सृष्टी व्यापलेली आहे' असा उल्लेख करतात. त्यावर ऋषी भारद्वाजांनी वृक्षांच्या पंचभौतिक ज्ञानाविषयी शंका निर्माण केली. या शंकेचे अत्यंत विज्ञाननिष्ठ पद्धतीने भृगू ऋषींनी निरसन केले आहे. 'उष्णतेमुळे व अति थंडीमुळेही वनस्पतींची पाने, फळे, फुले, त्वचा म्लान होते. म्हणून त्यांना स्पर्शज्ञान असले पाहिजे.

  उष्मतो म्लानपर्णानां त्वक्फलं पुष्पमेलं च।
  म्लायते चैव शीतेन स्पर्शस्तेवात्र विद्यते। ११
- वादळी वाऱ्याचा घोंगाट व विजेचा कडकडाट यांच्यामुळे झाडांची फळे व फुले नष्ट होतात. त्यामुळे झाडांना कान असून ते ऐकत असले पाहिजेत. तसेच वेली वृक्षांना वेढतात व स्वतंत्र संचार करतात. त्यांना दृष्टी असल्याशिवाय मार्ग कसा दिसेल? अशा आशयाचे बारावे व तेरावे श्लोक आहेत. पुढे आधुनिक विज्ञान पद्धतीचा आधार घेऊन वनस्पतींना संवेदना असते, हे भारतीय शास्त्रज्ञ जगदीशचंद्र बोस यांनी सिद्ध केले आहे.
- भृगू ऋषी भारद्वाज ऋषींना उद्देशून म्हणतात, 'सुगंधी-दुर्गंधी वासांच्या द्रव्यांनी व धुरांनी झाडे निरोगी होऊन त्यांना फुलांचा बहर येतो म्हणून वृक्षांना घ्राणेंद्रिय अवश्य असले पाहिजेत.'

  पुण्यापुण्यैः तथा गन्धैः धूपैश्च विविधैरपि।
  अरोगाः पुष्पिताः सन्ति तस्माज्जिघ्रन्ति
  पादपाः। १४

पुढील काळात वृक्षायुर्वेदात वृक्षांत होणारे रोग

वनस्पतीविषयी विचार मांडणाऱ्या महर्षी भृगू ऋषी व त्यांचे शिष्य दर्दर यांचे बिहारमधील बालिया येथील मंदिर

व त्यावर करावयाचे बीजभूत ज्ञान भृगूंच्या या विवेचनात सापडते.

- महाभारताचा विद्यासागर नावाचा एक व्याख्याकार विद्यासागर (इ.स. १३५०) आहे. त्याने या श्लोकावर व्याख्या करताना वृक्षायुर्वेदाचा स्पष्ट उल्लेख केला आहे. वृक्ष-वनस्पतींचे शास्त्रीय दृष्टीने निरीक्षण करून वनस्पतींची उत्पत्ती, विकास, त्यांची रोगट व निरोगी स्थिती इत्यादींनी युक्त अशा वनस्पती जीवनाच्या विचारावरून याच काळी वृक्षायुर्वेदशास्त्राचा श्रीगणेशा होत असावा, हे स्पष्ट होते.
- आपल्या पायांनी वृक्ष पाणी पितात. त्यांना काही रोग झाल्यास इतर द्रवपदार्थही पिऊन ते व्याधींचा प्रतिकार करू शकतात. त्यावरून वृक्षांना रसनेंद्रिय असले पाहिजे. (श्लोक क्र. १५)
- जसा एखादा मनुष्य तोंडाने कमळाच्या पोकळ देठाच्या नळीने पाणी वर ओढून पितो, त्याप्रमाणेच वृक्षदेखील आपल्या पायांनी किंवा पादांनी वायूच्या साहाय्याने पाणी वर ओढून पीत असावा, म्हणूनच त्यांना 'पादप' म्हणतात. (श्लोक क्र. १६)
- वृक्ष जे पाणी व इतर द्रव ग्रहण करतात, ते अग्नी म्हणजे सूर्यप्रकाश व वायू यांच्या साहाय्याने पचवून टाकतात. वृक्षांनी घेतलेला आहार पचल्यामुळे त्यांच्या ठिकाणी कांती वाढ किंवा वृद्धी दिसून येते. (थोडक्यात, ही प्रकाश संश्लेषणाची क्रिया सांगितली आहे.)

मोक्षधर्मपर्वातील संवादांच्या रचनेवरून ग्रथित झालेली माहिती त्याही आधीची परंपरेने आलेली आणि महाभारताच्या रचनाकाराने संकलित करून दिली असावी, असा संशोधकांचा निष्कर्ष आहे. त्यावरून प्राचीन विचारवंतांनी वृक्ष-वनस्पतींच्या जीवनाचे निरीक्षण किती शास्त्रीय बारकाव्याने केले होते हे दिसते. याबाबत स्टीफन हेलेस यांच्याही आधी वनस्पतीच्या शोषण, वहन आणि वापर यांच्यासंदर्भात हिंदू परंपरेमध्ये माहिती असल्याचे मत वनस्पतिशास्त्रज्ञ व प्राच्यविद्याशास्त्रज्ञ प्रा. गिरिजाप्रसन्न मुजुमदार यांनी मांडले आहे.

❑

पाणी टिकवण्यासाठी शेतातील निचराही महत्त्वाचा

कृषी पराशरमध्ये शेतीतील जलसंवर्धनासह, नांगरणी, नांगरांचे नेमके स्वरूप याविषयी विस्तृत विचार मांडण्यात आले आहेत. येणाऱ्या पावसाचे प्रत्येक नक्षत्रातील प्रमाण यांचाही विचार पाणी साठवण्यासाठी कसा करता येईल, याविषयी काही श्लोक आहेत.

नांगराचे वर्णन

कृषी पराशर ग्रंथात (श्लोक क्र. ११२ ते १२०) नांगर कसा बनवावा, याचे सविस्तर वर्णन दिलेले आहे. त्याला 'देशी' किंवा 'लाकडी' नांगर असे म्हणतात. नांगराच्या आठ भागांचे वर्णन पुढीलप्रमाणे आहे :

१. **इष :** नांगरापासून बैलाला जुंपण्याच्या जूपर्यंत लांब दांडी
२. **युग :** बैलाला बांधतात ते जू
३. स्थाणू : नांगराला आधार देणारे लाकूड
४. **निर्योल :** लांब दांडीला जोडलेला दांडा. नांगराच्या दिशेवर नियंत्रण ठेवण्यासाठी याचा वापर होतो.
५. **निर्योल पाशिका :** नांगर धरण्यासाठी असणारी मूठ. ही शेतकऱ्याच्या हातात असते.
६. **अड्डचल्ल :** बैलाच्या मानेवर ठेवण्याच्या जूला भोके पाडून बसवलेल्या खुंट्या.
७. **शौल :** माती उकरण्यासाठी नांगराला जोडलेला लोखंडी फाळ.
८. **पंचनिका :** बैलांना हाकण्यासाठी काठी.

इष हे पाच हात लांब असते. (कोपरापासून हाताच्या मधल्या बोटाच्या टोकापर्यंतचे अंतर म्हणजे एक हात अंतर). स्थाणू पाच वितस्ती असावे. (अंगठ्याच्या टोकापासून करंगळीच्या टोकापर्यंत पसरलेल्या हाताचे माप (१ वीत) म्हणजेच एक वितस्ती.) निर्योल हा दीड हात लांब असावा आणि युग हे बैलांच्या कानांपर्यंत लांब असावे. (श्लोक क्र. ११३)

निर्योल पाशिका आणि अड्डचल्ल हे प्रत्येकी बारा अंगुले असावेत. (एका बोटाची रुंदी म्हणजे एक अंगुल. बारा अंगुले म्हणजे एक वितस्ती) शैल एक आरत्नि मापाचे असावे. (कोपरापासून करंगळीच्या टोकापर्यंतचे अंतर म्हणजे एक आरत्नि). (श्लोक क्र. ११४)

पंचनिका अतिशय मजबूत असावी. ही काठी बांबूची व लोखंडी टोकाची असावी. त्याची लांबी साडेबारा मुठी अथवा नऊ मुठींएवढी असावी. (११५)

गोलाकार आबद्ध (कधी न वापरलेली कोरी टणक जमीन नांगरण्यासाठी असलेला गोलाकार फाळ) ५४ अंगुले व्यासाचा असावा. योत्र (बैलाच्या मानेभोवती असणारा पट्टा) चार हात लांब असावा आणि रज्जू म्हणजे दोर पाच हात लांब असावा. (श्लोक क्र. ११६)

फालक (फाळ) हा एक हात किंवा एक हात

व चार बोटे या मापाचा असावा. फालिका हे अर्क झाडाच्या पानाच्या आकाराचे दिसते. त्याचे माप नऊ अंगुले असावे. (शैलऐवजी वापरण्याच्या या काही उपयुक्त जोडवस्तू आहेत. गरजेप्रमाणे यांचा वापर व्हावा. फालक पाटबंधाऱ्याखाली असणाऱ्या जमिनीसाठी वापरायचे असून, फलिका अधिक खोल नांगरण्यासाठी वापरायचे आहे.) (श्लोक क्र. ११७)

विद्धकास २१ अणकुचीदार टोके असावीत. (विद्धकाने एका वेळी अनेक रांगा नांगरल्या जातात. कोरड्या जमिनीवर बिया पेरण्यासाठी याचा वापर होतो.) मदिका नऊ हात लांब मापाचे असून, त्याचे अनेक उपयोग होतात. (ही लाकडाची फळी असून, उथळ, पाण्याने भरलेल्या जमिनीस सम पातळीवर आणण्यासाठी नांगरास जोडतात.) (श्लोक क्र. ११८)

पराशरांच्या मते, ही सर्व नांगरण्यासाठीची साधने आहेत. शेतीची वेगवेगळी कामे फलदायी होण्यासाठी ही साधने मजबूत असावीत, असा सल्ला त्यांनी शेतकऱ्यांना दिला आहे. (श्लोक क्र. ११९)

ही साधने मजबूत व सांगितलेल्या मापांप्रमाणे बनवलेली नसल्यास शेतीच्या कामांमध्ये पावलोपावली अडथळे निर्माण होतील, याबद्दल शंका नसावी, असेही ते म्हणतात. (श्लोक क्र. १२०)

नांगरणी

- श्लोक क्र. १२७ मध्ये नांगरणी २० फेब्रुवारी, २१ एप्रिल, २१ मे, २२ ऑगस्ट, २३ ऑक्टोबर आणि २३ नोव्हेंबर या दिवशी सुरू करावी, असे लिहिले आहे. कृषी पराशरमध्ये धान्यांचा विचार करून नांगरणी करण्याची दिनदर्शिका सुचवली आहे.
- नांगरणी सुरू करण्यापूर्वीच्या विधींचे वर्णन श्लोक क्र. १३०-१४० मध्ये आहे. आजही भारतासह विविध देशांमध्ये (थायलंड, प्राचीन चीन आणि श्रीलंका) असे विधी केले जातात. हिंदूकुश पर्वत भागात (भारतातील वायव्य भागात) राहणारे आदिवासी गेल्या शतकापर्यंत तरी असे विधी करत असत. (बिदुल्फ १९८६)
- श्लोक क्र. १३४ मध्ये नांगरण्यासाठी जोडावयाच्या बैलांचा रंग काळा किंवा लाल असावा, असे सुचवले आहे. स्थानिक जातीच्या साहिवाल आणि लाल सिंधी बैलांना हे वर्णन लागू पडते. त्यांच्या कातड्याचा रंग लालसर असतो. पर्वत भागातील (डोंगराळ भागातील) सीरी जातीचे बैल काळे असतात. आता ही जात फक्त दार्जिलिंग (पश्चिम बंगाल), भारतातील सिक्कीम आणि भूतान या भागांतच मर्यादित राहिली आहे. लाल सिंधी व साहिवाल जातीच्या गायी दुभत्या असतात. बैल आळशी असतात. सीरी जातीचे बैल मात्र धष्टपुष्ट असतात आणि भारी वजन ओढण्यास योग्य असतात.
- श्लोक क्र. १४१ मध्ये पांढऱ्या रंगाचे बैल वापरू नयेत, असे सांगितले आहे. दुसरी विशेष लक्षणीय सूचित केलेली गोष्ट म्हणजे बैलांच्या तोंडास व मागच्या भागास लोणी वा तूप लावावे. नांगरण्याचे कष्ट करताना या उघड्या भागांना शुष्कता येऊ नये म्हणून लोणी व तूप लावण्यास सांगितले असण्याची शक्यता आहे. जमिनीवर तीन व पाच भेगा पाडाव्यात, असे म्हटले आहे. यावरून कदाचित पठारावर तांदूळ हे पीक असू शकेल.

नांगरांच्या साहाय्याने नदीचीही दिशा बदलू शकणाऱ्या बलरामाचे चित्र (स्रोत : ब्रुकलिन संग्रहालय)

शेणखताविषयी माहिती

कृषी पराशर ग्रंथात शेणखताविषयी तीन श्लोक (क्र. १०९ ते १११) आहेत.

- शेण वाळवून त्याची पूड करून खड्ड्यात घालण्यास सांगितले आहे. असे वाळवून पूड केलेले शेण लवकर कुजून लवकर खत बनेल. त्याचप्रमाणे शेणात असणाऱ्या रानटी वनस्पतींच्या बिया नष्ट पावतील. शेतात तणांचा प्रादुर्भाव होऊ नये यासाठी कदाचित ही सूचना असावी.
- पराशरांनी सांगितल्याप्रमाणे, शेणाचा ढीग उचलण्यासाठी माघ महिन्यात दिवस व शुभ नक्षत्र चांगले असते. त्या ढिगाची एकनिष्ठेने पूजा करून, नंतर फावड्याने शेण उचलावे.
- फेब्रुवारी महिन्यात शेणाचा ढीग उचलून उन्हात वाळवावा. हे शेण पूर्ण कुजवून शेणखत बनवण्याची प्रक्रिया साधारणपणे मार्चच्या पहिल्या आठवड्यात सुरू करता येईल. श्लोक क्र. १११ मध्ये शेणखताशिवाय उगवलेली झाडे चांगले पीक देणार नाहीत, हेही स्पष्ट सांगितले आहे.

पाणी टिकवणे

पाण्याचे महत्त्व प्राचीन काळापासून आपल्या ऋषीमुनींना माहीत होते, असे अनेक ग्रंथांतून दिसून येते. पिण्यासाठी पाणी, सिंचनासाठी पाणी यांचाही ते अत्यंत काळजीपूर्वक व वेगळा विचार करत असल्याचे स्पष्ट दिसते. कृषी पराशरमध्ये पाणी शेतात किंवा परिसरात टिकवण्यासंदर्भात दोन श्लोक (क्र. १८६ ते १८८) महत्त्वपूर्ण आहेत.

शेतजमिनीवर पाणी टिकवून ठेवण्यासाठी बांध बांधावेत, असे सुचवले आहे. सियालकोट भागातून साधारणपणे नैर्ऋत्य मान्सून सप्टेंबरच्या सुरुवातीस माघार घेतो. तोपर्यंत पाणी टिकण्याची आवश्यकता असते. विशेषत: भातशेतीमध्ये पाण्याची अधिक गरज असते. म्हणून हा श्लोक भातशेतीसंदर्भात आहे. पाणी टिकवण्यासाठी जून-ऑगस्टमध्ये बंधारे बांधण्याची सूचना केली आहे. कमी पातळीवरील शेतांमध्ये बंधारे बांधण्याची सूचना दिलेली नाही. कमी पातळीवरील जमिनीमध्ये पुरेशी आर्द्रता असते.

आषाढ (जुलै) अथवा श्रावण (ऑगस्ट) महिन्यात सुज्ञ शेतकरी पाणी टिकवण्यासाठी छोटे-छोटे बंधारे बांधतात. (श्लोक क्र. १८६)

पाऊस जर अल्प असेल तर जागरूक शेतकरी कर्क राशीतच (जून) हे बंधारे बांधतो. भाद्रपद (सप्टेंबर) महिन्यात हे बांधकाम केल्यास पिकाचे प्रमाण अर्धेच मिळते; आणि जर आश्विन (ऑक्टोबर) महिन्यात केले तर त्याचा काहीच उपयोग होत नाही. (श्लोक क्र. १८७)

कमी पातळीवर बंधारे बांधणे व लावणी करणे हे गरजेचे नाही. खतांचीही गरज नाही. फक्त नको असलेले तण उपटून काढावे. (श्लोक क्र. १८८)

जलोत्सारण

पाणी साठवण्यासोबत अधिक पाणीही पिकांसाठी हानिकारक ठरू शकते. अतिरिक्त पाणी काढून टाकण्यासंदर्भातही दोन श्लोक (क्र. १९३, १९४) आहेत. त्यामध्ये पराशर ऋषी पिकाला रोगमुक्त करण्यासाठी भाद्रपद महिन्यात शेतातील पाण्याचा निचरा करावा, असे सांगतात. झाडांची मुळे ओली राहावीत इतकेच पाणी ठेवावे. भातशेतात अति पाणी टाळावे, असे म्हटले आहे. एकदा रोपे उगवली की झाडांची मुळे ओली राहतील एवढेच पाणी ठेवावे, असे सुचवले आहे.

❑

बियांची साठवण, पेरणी व लागवड यांचे तंत्र

पराशर हे पिकांच्या बियांचे संरक्षण, साठवण करण्यासोबतच पेरणी, लावणी या संदर्भात माहिती देतात. त्यावरून पिकांची रोपवाटिका करून पुनर्लागवड करण्याची पद्धती ज्ञात असावी, तसेच पिकांच्या संरक्षणामध्ये कीड व रोगांमधील फरकही ज्ञात असावा, हे स्पष्ट होते.

बी-बियाणे संरक्षण व साठवण

श्लोक क्र. १५७ ते १६७ मध्ये बियाणे कशी मिळवावीत, कशी साठवावीत, त्यांचे कसे संरक्षण करावे, याबद्दल माहिती आहे. श्लोक क्र. १५७ व १६७ सोडल्यास इतर सर्व श्लोकांचा नीट अर्थ कळतो.

बिया नीट वाळवून त्यातील जंगली बिया काढून टाकाव्यात. नंतर छोट्या पिशव्यांतून व्यवस्थित ठेवाव्यात.

बिया एकसारख्या आकाराच्या असाव्यात, असे ठामपणे सांगितले आहे. यावरून वेगवेगळ्या आकारांच्या बियांचे गुणधर्म वेगवेगळे असू शकतात, याचे ज्ञान असावे. पुढील ऋतूपर्यंत बिया नीट राहाव्यात यासाठी त्यांची साठवणूक अत्यंत सुरक्षित जागी करण्यास सांगितले आहे.

श्लोक क्र. १५७ मध्ये सर्व प्रकारच्या बिया जानेवारी ते मार्चमध्ये मिळवाव्यात, असे म्हटले आहे. तांदूळ, तीळ, कापूस, उडीद या पावसाळी पिकांसाठी हे योग्य आहे; परंतु पावसाळ्यानंतरच्या पिकांसाठी (गहू व जव) हे लागू पडत नाही. तसेच श्लोक क्र. १६७चा नीटसा अर्थबोध होत नाही.

माघ महिन्यात (फेब्रुवारी) किंवा फाल्गुन महिन्यात (मार्च) बियाणे मिळवावे. ते सरळ जमिनीवर न ठेवता उन्हात चांगले वाळवावे. (श्लोक क्र. १५७)

बियाणे छोट्या बटव्यात ठेवून त्यातील इतर झाडांच्या बिया व वाळके गवत वगैरे काढून टाकावे. वेगवेगळ्या प्रकारच्या बिया मिसळल्या गेल्यास मोठी हानी होते. (श्लोक क्र. १५८)

एकसारख्या असणाऱ्या बियांचा परिणाम उत्तम होतो. म्हणून एकसारख्या बिया मिळवण्याची खटपट

आदिवासी भागांमध्ये बियाणे साठवण्यासाठी पारंपरिक पद्धतीचा वापर

करावी. (श्लोक क्र. १५९)

बियाणे मजबूत पिशवीत ठेवावे. शेतात उगवलेले गवत उपटून टाकावे. गवत उपटून टाकले नाही, तर नंतर ते सगळीकडे पसरते व शेत व्यापून टाकते. (श्लोक क्र. १६०)

पांढऱ्या मुंग्यांचा जिथे उपद्रव असतो अशा जागी बियाणे कधीही ठेवू नयेत. त्याचप्रमाणे गोठ्यात व प्रसूतिगृहात व मूल नसलेल्या घरात ठेवू नयेत. (श्लोक क्र. १६१)

शेतकऱ्याने चुकूनही तूप, तेल, ताक, दिवा अथवा मीठ बियाण्यांवर ठेवू नये. (श्लोक क्र. १६३)

दिवा, अग्नी यांच्या सान्निध्यात आलेले बियाणे, पावसात भिजलेले अथवा खड्ड्यात साठवून ठेवलेले बियाणे फेकून द्यावे. (श्लोक क्र. १६४)

चेपल्या गेलेल्या बिया अथवा कनिष्ठ प्रतीच्या गोष्टी मिसळल्या गेलेल्या बिया चुकूनही पेरू नयेत. कनिष्ठ प्रतीच्या गोष्टी किंवा शिळे अन्नधान्य मिसळलेल्या बिया पेरल्यास उगवणार नाहीत. (श्लोक क्र. १६५)

सफल होऊ न शकणाऱ्या बिया शेतकरी, खत, नांगराने जमिनीला पडलेली भेग, बैल आणि मोठ्या प्रमाणात असणारे पावसाळी ढग या सर्वांना निष्फळ बनवतात. (श्लोक क्र. १६६)

पराशराने दिलेल्या या सूचना तीळ, तांदूळ, बार्ली यांच्या बिया पेरण्यासाठी उपयुक्त आहेत.

पेरणी

श्लोक क्र. १६८ ते १८५मध्ये पेरणीबद्दल माहिती दिली आहे.

पेरणी मे महिन्यात करणे उत्तम असे सांगितले आहे. पेरणीनंतर सर्व बियांचे अंकुर एकाच वेळी एकसारखे फुटावेत, यासाठी बिया पेरल्यावर जमिनीवरील माती लाकडी फळीने नीट करून घ्यावी, असे सुचवले आहे.

१८३व्या श्लोकात लावणीचा उल्लेख आहे. यात भातशेतीमध्ये रोपे एकीकडून काढून दुसरीकडे पुनर्लागवडीचाही उल्लेख आहे. सोबतच उसाच्या रोपांचाही उल्लेख आहे.

पराशरांनी वैशाख (मे) महिन्यात पेरणी करणे सर्वात उत्तम असे सांगितले आहे. उष्ण ऋतूत (एप्रिल, मे) पेरणी करणे हे नंतर लावणी करण्यासाठी उत्तम असते. ज्येष्ठ (जून) महिन्यात पेरणी करणे मध्यम, आषाढ (जुलै) महिन्यात पेरणी करणे वाईट, श्रावण (ऑगस्ट) महिन्यात पेरणी करणे अत्यंत वाईट, आणि भाद्रपद (सप्टेंबर) महिन्यात पेरणी करणे अतिशय वाईट असते, असे सांगितले आहे.

उत्तराषाढा, उत्तराभाद्रपदा, उत्तर फाल्गुनी, मुळा, ज्येष्ठा, अनुराधा, माघ, मृगशीर्ष (मृग), रोहिणी, हस्त आणि रेवती ही नक्षत्रे पेरणीसाठी चांगली मानली आहेत. (श्लोक क्र. १७०)

श्रावण, पूर्वाषाढा, पूर्वाभाद्रपदा, पूर्वा फाल्गुनी, विशाखा, भरणी, आर्द्रा व स्वाती या नक्षत्रांत पेरणी केलेल्या बियांचेच शेतकऱ्याला चांगले पीक मिळते. (श्लोक क्र. १७१)

पेरणी व लावणी करण्यासाठी मंगळवार टाळावा. कारण त्यामुळे टोळ आणि कीटक यांपासून धोका निर्माण होण्याचा संभव असतो. (श्लोक क्र. १७२)

चंद्र निस्तेज असतो तेव्हा महिन्याचा चौथा, नववा आणि चौदावा हे रिक्त दिवस टाळावेत. पेरणी करू नये. हे सर्व नियम नीट पाळेल त्याला उत्तम पिकांची प्राप्ती होईल. (श्लोक क्र. १७३)

बियांची टोकण करत अनेक पिके घेतली जातात

ज्याला आपल्या कष्टाचे उत्तम फळ मिळावे असे वाटते, त्याने ज्येष्ठ महिन्याचे शेवटचे तीन दिवस आणि आषाढाचे पहिले तीन दिवस पेरणीसाठी टाळावेत. (श्लोक क्र. १७४)

ज्येष्ठ महिन्याचा शेवट आणि आषाढाची सुरुवात हे (पूर्वेचे) रजस्वला होण्याचे दिवस असतात. या वेळी बियांची पेरणी करू नये. (श्लोक क्र. १७५)

मार्गशीर्षाच्या शेवटी आणि पुढील नक्षत्र म्हणजे आर्द्रा नक्षत्राच्या पहिल्या चौथाई भागात पाण्याच्या आवाजाने पृथ्वी दुमदुमत असते. हा तिचा रजस्वला असण्याचा काळ समजला जातो. पेरणीसाठी हे तीन दिवस टाळावेत. जर एखाद्या शेतकऱ्याने या वेळी शेतावर जाऊन पेरणीचे काम केले तर त्याच्या कष्टाचे फळ त्याला कधीच मिळत नाही. परिणामी, त्याच्यापुढे कठीण दिवस येतील. (श्लोक क्र. १७६)

शेतकऱ्याने स्वच्छ शरीराने व स्वच्छ मनाने आपले चित्त एकाग्र करून स्वतःच्या हाताने थंड पाणी शिंपडलेल्या तीन मुठी बिया पेराव्यात.

पराशरांनी पिकाच्या उत्तम वाढीबद्दल 'हे देवराज्ञी वसुंधरादेवी तू शुभदायिनी, धनधान्य समृद्धी देणारी आहेस. तुला आदरपूर्वक नमन असो,' असा वसुंधरेचा मंत्र सांगितला आहे. (श्लोक क्र. १७७)

पेरणी झाल्यावर शेतीची मशागत करणाऱ्या सर्वांना दूध-तुपाचे पक्वान्न देऊन तृप्त करावे. (श्लोक क्र. १८१)

पीक संरक्षण

- पिकांचे संरक्षण करण्याबाबत एकच परिच्छेद असून, पिकांचे संरक्षण करण्यासाठी प्रार्थना करण्यापलीकडे त्या काळी कोणतीही उपाययोजना माहीत नव्हती, असे दिसते. त्यावरून कौटिल्याच्या अर्थशास्त्रापूर्वी (ख्रिस्तपूर्व चौथे शतक) कृषी पराशर लिहिले गेले असावे, या माझ्या मताला यामुळे दुजोरा मिळतो.
- पिकाला हानिकारक असणाऱ्या काही कीटकांची नावे संस्कृतमध्ये आहेत, ती अशी : गंधी, शंखी, पांढरमुंडी, धुली, शृंगारी, कुमारी आणि मादक.
- गंधी (दुर्गंधी) म्हणजे शरीरातून गंध सोडणारे कीटक असावेत. शंखी म्हणजे गोगलगाय असावी. पांढरमुंडी म्हणजे भाताच्या देठांना भोके पाडणारे असावेत. हे सर्वच भातशेतीस हानिकारक कीटक आहेत.
- धुली म्हणजे पूड. कदाचित हा शब्द या भागातील गहू व जव यावर येणाऱ्या भुरी या रोगासाठी वापरला असावा.
- संस्कृत शब्द शृंगारी म्हणजे लाल रंगाने सजलेला! हा शब्द कदाचित गहू व जव यांवर येणाऱ्या लालसर रंगाचा रोग म्हणजे तांबेरा असावा.
- कुमारी आणि मादक या शब्दांचे मात्र नीट अर्थ लावण्यामध्ये अडचणी येतात. कुमारी म्हणजे कुमारिका, न वापरलेली असा अर्थ आहे. हा अर्थ थोडा ताणून विस्तारित केला तर 'बिया तयार होण्यापूर्वी मरणारी रोपे' असा अर्थ असू शकतो. या शब्दाची फोड 'कु + मारी' अशी केल्यास 'साथीच्या रोगाने मोठ्या प्रमाणात मरणारी आहे' असा होईल. त्याचप्रमाणे मादक या शब्दाचा अर्थ पुन्हा 'साथीच्या रोगाने मोठ्या प्रमाणावर मरणारी आहे' असा होईल. त्यावरून हे दोन्ही शब्द झाडावर बुरशी आणणाऱ्या रोगासाठी असावेत. या श्लोकातील रोग या शब्दाचा खास अर्थ लक्षात घ्यावा. ही हानी दृश्य कीटकांमुळे होत नाही, हे पराशरांच्या काळात समजले होते.
- कीटकांमुळे पिकांची हानी होते, असा श्लोक क्रमांक १२६ व १७२ मध्ये उल्लेख आहे.

❑

पिकांची कापणी, झोडपणी, मोजणी यांचे मार्गदर्शन

पिकांची कापणी आणि झोडपणीसंदर्भात प्राचीन पद्धतीनुसार, प्रत्येक वेळी समारंभ किंवा पूजा यांचा उल्लेख येतो. मात्र, झोडपणीच्या खांबाच्या लाकडापासून उभारणीपर्यंत प्रत्येक बाबीचा पराशर ॠषींनी बारकाईने विचार केला आहे. कालौघात काही श्लोकांचा अर्थ आज लागत नाही, काही वृक्षांच्या नावांमध्ये गोंधळ होत असला, तरी आजच्या कृषितज्ज्ञांनी त्यावर नक्कीच विचार करणे आवश्यक आहे.

'कृषी पराशर'मध्ये पिकांसाठी सप्टेंबर ते नोव्हेंबर महिन्यात पाणी साठवावे, असा खास उल्लेख आहे. अभ्यासक बलकुंदी यांच्या मते, १ सप्टेंबरच्या सुमारास सियालकोट भागातून नैर्ॠत्य मान्सून माघारी फिरतो. उशिरा पेरलेली भातरोपे आणि प्राथमिक अवस्थेतील गहू व जव यांच्यासह ऊस पिकाला साठवलेले पाणी देता येईल. अर्थात, पराशर ॠषींनी ही माहिती वैयक्तिक शेतकऱ्यासाठी दिलेली आहे, त्यावरून ग्रामपातळीवर एकत्रित पाणी साठवण्याची पद्धती विकसित झाली नसावी, असे लक्षात येते.

कापणीपूर्वीचे विधी

पीक कापणीपूर्वीच्या प्रार्थना श्लोक १९८ ते २०५मध्ये आल्या आहेत. त्यात 'नाला लव्हाळी' हे पर्णयुक्त गवत लावण्याचा एक विधी आहे. शेतात चांगले पीक निघण्यासाठी नाला लव्हाळी (फ्राग्माईअ्स कारका) हे गवत शेताच्या ईशान्य दिशेला लावण्यास सांगितले आहे. सूर्य वृश्चिक राशीत जातो तेव्हा (म्हणजे २३ ऑक्टोबरला) हा विधी सांगितला आहे. अर्थात, नाला लव्हाळी लावण्यामागील कार्यकारणभाव आज उलगडत नाही. तसेच, एका श्लोकात ताडफळांचाही उल्लेख आहे.

२३ ऑक्टोबरच्या सुमारास भाताच्या लोंब्यांमध्ये धान्य तयार होण्याचा टप्पा असावा. ऊस हा वाढीच्या प्रगत टप्प्यात असावा.

मुष्टिग्रहण समारंभ

पिकाची काढणी व साठवण्यासंदर्भात मुष्टिग्रहण समारंभ सांगितला आहे. त्याचे वर्णन श्लोक क्रमांक २०६ ते २१३ मध्ये आहे. मार्गशीर्ष महिन्यात (नोव्हेंबर-डिसेंबर) शुभ दिवशी स्नान करून शेतकऱ्याने अडीच मुठी धान्य तोडून घ्यावे. ईशान्येकडील धान्याच्या रोपांची पूजा चंदनाची उटी, फुले, नैवेद्य, उदबत्ती यांनी करावी. नंतर धान्याची रोपे उपटून, हा रोपांचा जुडगा धान्याची बाजू समोर येईल अशा प्रकारे आपल्या डोक्यावर ठेवावा. वाटेत कशासही स्पर्श न करता मूकपणे घरी जावे. घरातील दर्शनी भागातील मुख्य खोलीत सात पावले चालून खोलीच्या पूर्वेकडील भागात ही रोपे ठेवावीत, त्यांची पूजा करावी.

हा मुष्टिग्रहण समारंभ कार्तिक (नोव्हेंबर) किंवा पौष (जानेवारी) महिन्यात कधीही करू नये. मार्गशीर्ष महिन्यात हा समारंभ केल्यावरच उत्तम पिकाचा व सुबत्तेचा लाभ होतो.

नमुन्याचे पीक काढून घेण्याचा हा समारंभ आर्द्रा, कृतिका, चित्रा, पुष्य, हस्त, स्वाती, उत्तराषाढा, उत्तर भाद्रपद, उत्तर फाल्गुनी, मूळ आणि श्रावण या कोणत्याही नक्षत्रांच्या वेळी करणे उचित होईल.

मुष्टिग्रहण समारंभ पुढील दिवशी करू नये

१. रविवार, मंगळवार आणि बुधवार
२. भाद्रपद (सप्टेंबर) महिन्यात
३. रिक्त दिवस
४. व्यतिपात व वैधृत यांच्या संधीच्या वेळी शुक्ल पक्षातील चौथा, नववा व चौदावा हे रिक्त दिवस असतात. (सूर्य व चंद्र एकाच अयनात असतात, त्या खगोलशास्त्रीय संधीस 'वैध्रिती' म्हणतात. अयन म्हणजे सूर्य विषुववृत्तापासून दक्षिणेच्या किंवा उत्तरेच्या अगदी टोकाला असण्याचा काल! त्या वेळी सम प्रमाणात उतरते व त्यांचे रेखांश ३६० अंश असते. जेव्हा सूर्य व चंद्र यांची संधी विरुद्ध दिशेला अयनाला असते आणि जेव्हा त्यांचे रेखांश १८० अंश असते त्याला 'व्यतिपात' म्हणतात.)

झोडपणीचा खांब

काढणीनंतर पिकांची झोडपणी ही महत्त्वाची क्रिया असते. त्या संदर्भात श्लोक क्रमांक २१४ ते २२० मध्ये माहिती दिली आहे. मार्गशीर्ष महिन्यातील (नोव्हेंबर-डिसेंबर) शुभ दिवशी झोडपणीच्या खांबासाठी खड्डा खणावा. जमीन नीट साखरी करून शेणाने सारवावी. नंतर त्या खड्ड्यात झोडपणीचा खांब काळजीपूर्वक रोवावा. सूर्य वृश्चिक राशीत (ऑक्टोबर २३ ते नोव्हेंबर २३) असताना रोवलेल्या खांबाला स्त्रीचे नाव द्यावे. हा खांब न्याग्रोथ, सप्रवर्ण, गम्भारी, रेशमी कापसाचे झाड अथवा औदुंबरी अथवा इतर कोणत्याही दुधीवाहिनी झाडापासून बनवावा. वटवृक्षाअभावी कोणत्याही स्त्रीलिंगी नाव असलेल्या झाडापासून खांब बनवावा. स्वतःचे हित पाहणाऱ्याने कपित्थ (कवठ), बिल्व, बांबू अथवा ताडवृक्षाचे लाकूड कधीही खांब बनवण्यासाठी वापरू नये. खांबाच्या प्रतीवर शेतकऱ्याचे उत्पादन अवलंबून असते. नीमपानाने व मोहरीच्या पानाने त्याचे संरक्षण करावे व त्याला एक निशाण लावावे. खांबाची फुले व चंदनाची उटी लावून पूजा करावी.

पौष महिन्यात अथवा श्रवण नक्षत्रात खांब रोवू नये. मार्गशीर्षात रोवलेला खांब पिकाची वृद्धी करतो आणि पौषात रोवलेला खांब पीक घटवतो, असे सांगितले आहे.

लाकडाची वैशिष्ट्ये

झोडपणीचा खांब याविषयी डॉ. वाय. एल. नेने यांनी दिलेल्या माहितीनुसार, ज्या महिन्यात पिकाचा नमुना पाहण्याचा समारंभ केला जातो, त्याच महिन्यात शेतकऱ्याने झोडपणीचा खांब तयार करणे अपेक्षित होते. हा महिना भातशेतीसंबंधी आहे. वडाचे झाड, सप्तपर्ण, गम्भारी, रेशमी कापसाचे झाड, औदुंबरी किंवा ज्याचा गाभा रेशमी आहे, असे कोणतेही झाडाचे लाकूड घ्यावे, असे सांगितले आहे. या सर्व झाडांचे लाकूड टणक नसते. त्यात बराच काळपर्यंत

पिकांच्या काढणीनंतर झोडपणी हा महत्त्वाचा टप्पा

आर्द्रता टिकून राहते. परिणामी, या खांबास धान्याच्या लोंब्या झोडपल्या असता धान्य न तुटता बाहेर पडत असावे. नीमपानाने आणि मोहरीने त्यावर उपचार केल्याने लाकूड कुजत नाही. कपित्थ, कारथ, बिल्व, बांबू आणि ताडवृक्षाचे झाड कधीही वापरू नये, असे सांगितले आहे. बांबू व ताडवृक्षाचे लाकूड पुरेसे टणक व टिकाऊही नसते. बिल्व झाडाचे लाकूड फक्त आर्द्रतेशी संबंध न आल्यासच टिकाऊ असते. शिवाय, काळाच्या ओघात त्यास चिरा पडतात. कपित्थाच्या झाडाचे लाकूड वजनदार व टणक असते. अशा झोडपणीच्या खांबावर धान्याचे तुकडे पडण्याचा संभव असतो.

धान्याची मोजणी

पौष (जानेवारी) महिन्यात शेतकऱ्याने कापणी करावी. नंतर झोडपणी करून पिकाची मोजणी करावी.

पराशर ऋषींनी धान्याची मोजणी करण्यासाठी 'आढक' हे माप सांगितले आहे. आढक हे बारा बोटांचे लाकडी माप आहे. या मापात अंदाजे ७ पौंड १२ औंस म्हणजे साधारणपणे ३.५ किलो इतके धान्य भरते. धान्य उजवीकडून मोजल्यास खर्चात वाढ होते, डावीकडून मोजल्यास सुखाची व पिकाची वृद्धी मिळते. आढक हे श्लेष्मातक, आम्र अथवा पुन्नाग झाडापासून बनवणे उत्तम! कारण ही सर्व लाकडे चांगली व टिकाऊ आहेत. कपित्थ, पर्कटी अथवा निंबापासून बनवलेल्या आढकामुळे दारिद्र्य येते. तसेच हे लाकूड न वापरण्याचे सूचित करण्यामागे या झाडांची उपलब्धता व उपयुक्तता हेही कारण असावे. जलाढक हे पर्जन्यमान मोजण्याचे माप असल्याचे २६व्या श्लोकात येते.

डॉ. वाय. एल. नेने यांच्या मतानुसार, यापुढील श्लोक तांदळासंबंधी असले तरी कोणतेही धान्य मोजण्यासाठी आढक हे पात्र वापरता येते. त्याचे क्षेत्रफळ २१५० घन इंच असावे. असेच एक माप (बुशेल) हे अमेरिकेत वापरले जाते.

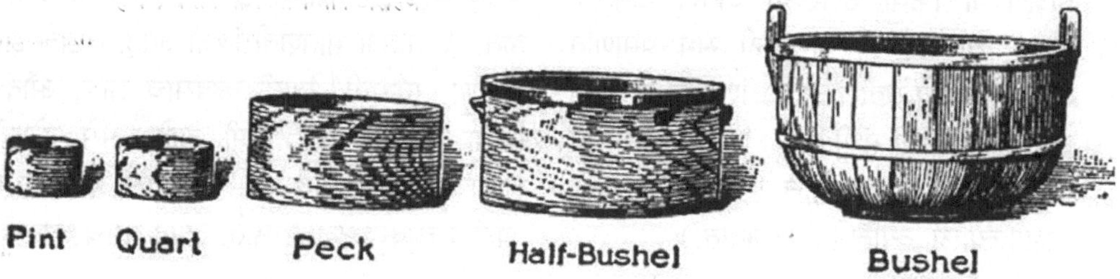

अमेरिकेत आजही कोरड्या धान्यांची मोजणीसाठी वापरले जाणारे बुशेल हे माप

❑

पीक नियोजनासह जलव्यवस्थापनाबद्दल कौटिल्यांचे विचार

खिस्तपूर्व ३२७ ते २०० हा कौटिल्यांचा कालखंड मानला जातो. या काळामध्ये भारतामध्ये मगधांचे मोठे साम्राज्य होते. त्यांचा पाडाव करून चंद्रगुप्त मौर्याला गादीवर बसवण्यामध्ये मोलाची भूमिका चाणक्य (कौटिल्य) याने पार पाडल्याचे मानले जाते. त्याने राजासह प्रत्येक अधिकाऱ्याच्या कार्यक्षेत्राची व अधिकारांची स्पष्ट विभागणी केली. राज्याचे अर्थशास्त्र हा त्याच्या अभ्यासाचा विषय होता. त्याने सुविहित शासन पद्धतीची मांडणी केली. या साऱ्या मांडणीमध्ये कृषी, जल व्यवस्थापन यांचा प्रामुख्याने विचार केला आहे. शेतमाल, उत्पादन आणि त्यांच्या किमती याविषयी माहिती देतानाच शेतीसाठी आवश्यक त्या पायाभूत सुविधा कशा प्रकारे विकसित केल्या पाहिजेत, याविषयीही विवेचन केले आहे.

कौटिलीय अर्थशास्त्रात कौटिल्याने कोणत्या ऋतूत कोणती पिके घ्यावीत, जमिनीत खड्डे कशा प्रकारे खणावेत, बियांच्या लागवडीपूर्वी काळजी कशी घ्यावी, उत्कृष्ट पिकांची वर्गवारी, पाण्याचे व्यवस्थापन, खते व वनस्पतींच्या रोगनिवारणासह कृषी अर्थशास्त्राचा समग्र विचार केला आहे. अगदी कृषिखात्यातील मुख्य अधिकाऱ्याची (त्याला 'सीताध्यक्ष' म्हटले आहे) व त्याची कामे सांगितली आहेत.

बीजांची काळजी कशी घ्यावी ?

- धान्यबीजे सात रात्री दवाच्या पाकात व उन्हात ठेवावी.
- डाळीची धान्ये तीन किंवा पाच रात्री ठेवावीत.
- जी झाडे फांद्यांची कलमे करून लावायची आहेत, त्यावर कापलेल्या ठिकाणी मध, तूप, डुकराची चरबी व शेण यांचा लेप द्यावा.
- नुसते कंद लावायचे असतील, तर त्यांना मध व तूप यांचा लेप लावावा.
- ज्या बिया हाडासारख्या कठीण असतील त्या शेणाचा लेप देऊन लावाव्यात.
- झाडाभोवतालचे खड्डे किंवा आळी जाळून काढावीत. गुरांची हाडे व शेण यांचे खत वेळेवर घालावे.
- बिया लावून त्यांना अंकुर आल्यावर त्यांना ओल्या व उग्र वास असलेल्या मासळीचे 'स्नुही' नावाच्या वनस्पतीच्या रसाशी मिश्रण करून तो द्रव त्या अंकुरांना द्यावा.

शेतीतील पेरणीचा क्रम

कौटिल्याने शेतात पेरणीविषयी केलेल्या सूचना :

- साळीही, कोद्रव, तीळ, प्रियंगू यांची पेरणी पहिल्यांदा करावी. (*पूर्ववापाः*)

- मृदग, माप (उडीद) व शैम्प्य यांची पेरणी मधल्या काळात करावी. (*मध्यवापा:*)
- मसूर, कुळीथ, सन, गोधूम, अलसी, सर्पण यांची पेरणी शेवटी करावी. (*पश्चाद्वापा:*)
- ऋतुमानानुसार जमिनीतील पाण्यावरून कोणती पिके काढावयाची याचा विचार करावा.
- कौटिल्याने उत्कृष्ट पिके कोणती, याची श्रेणी दिली आहे. शेतीच्या सर्व पिकांत तांदळाचे पीक हे ज्येष्ठ होय. भाजीपाला मध्यम होय आणि ऊस हे पीक सर्वात कनिष्ठ आहे. कारण उसाचे पीक काढताना पुष्कळ बाधांना तोंड द्यावे लागते व खर्चही फार लागतो.

कौटिल्याने पाण्याच्या पुरवठ्यानुसार कोणत्या वनस्पती लावाव्यात, याचे वर्णन केले आहे. यावरून त्याची जलव्यवस्थापनाची चिकित्सक दृष्टी दिसते.

- जेथे पाण्याचा फेस (फेन) उपलब्ध असेल तेथे वेली लावाव्यात.
- पाणी तुडुंब भरून जेथे वाहत असेल त्या बाहेरच्या जागी पिप्पली, इक्षु, मृद्विका (द्राक्षे) लावावीत.
- विहिरी किंवा बावी ज्यांच्याजवळ आहेत, तेथे शकमुळे लावावीत.
- तळ्याच्या व ओल्या तळीवर हिरवे गवत लावावे.
- पाण्यामधल्या बांधावरून सुवासिक व औषधी वनस्पती, वाळा इत्यादी लावावे.

पाण्याच्या पुरवठ्यानुसार पिकांची लागवड करावी, असा कौटिल्याचा सल्ला

नियोजन व पाणीपट्टीविषयक धोरण

- स्वत: धरण बांधून, आपल्या हातांनी पाणी घालून शेती करणाऱ्यास उत्पन्नाच्या एक-पंचमांश पाणीपट्टी आकारावी.
- खांद्यांवर पाणी वाहून शेती करतात, त्यांना एक-चतुर्थांश पाणीपट्टी आकारावी.
- जे शेतकरी मोट किंवा रहाट वापरून शेतीस पाणी देतात, त्यांना एक-तृतीयांश पाणीपट्टी आकारावी.
- नदीचे, सरोवराचे किंवा सार्वजनिक तळ्याचे व विहिरीचे पाणी शेतासाठी वापरणाऱ्यांना एक-चतुर्थांश पाणीपट्टी आकारावी.
- पाण्याच्या पुरवठ्यानुसार पिकांचे नियोजन करावे. भात पीक किंवा हिवाळ्यातील व उन्हाळ्यातील बागायीत पिके लावण्याविषयी सांगितले आहे.
- तळी, विहिरी वगैरे जलाशयांत मलोत्सर्ग करणाऱ्यास कडक शासन करावे. सांडपाणी वाहून जाण्यासाठी गटारे बांधलीच पाहिजेत. त्यातून त्वरित पाणी वाहून गेले पाहिजे.
- जो कोणी सरोवरांचे किंवा विहिरींचे पाणी विनापरवाना वापरेल, त्याला वापरलेल्या पाण्याच्या प्रमाणात दंड करावा.
- सर्वांना शेतीसाठी समान पाणीवाटपाच्या दृष्टीने दिवस निश्चित करावेत. या निश्चित दिवसांखेरीज एखाद्याने अन्य दिवशी पाणी घेतल्यास किंवा दुसऱ्याच्या पाळीत व्यत्यय आणल्यास दंड करावा.

कौटिलीय अर्थशास्त्रातील जलविचार

कौटिलीय अर्थशास्त्रात शेती हा विषय राजांच्या अधिकारक्षेत्रात असून, शेतीवर देखरेख करण्यासाठी 'शेतीध्यक्ष' हा राजाचा अधिकार असे. त्या काळी पावसाचे अनुमान खगोलशास्त्राच्या आधारे केले जाई. त्यानुसार शेतकऱ्यास शेतीच्या कामात मार्गदर्शन

करणे, आवश्यकतेनुसार कृत्रिम जलाशयांची निर्मिती, शेतकऱ्यांना आपसांत सहकार्य करण्यास प्रवृत्त करणे अशी कामे तो करत असे.

स्वतंत्रपणे स्वत:पुरती जलाशयाची व्यवस्था करण्यासही मोकळीक असे. पण ते जलाशय पाच वर्षे उपयोगात न आणल्यास राजाच्या मालकीचे होत असे. राजाच्या मालकीच्या जलाशयातील पाण्याचे न्याय्य वाटप करण्याची जबाबदारी अध्यक्षाची असे.

नदीनाल्यावर बांध किंवा धरण बांधण्यासाठी खासगी लोकांना माती व अन्य साहित्य मोफत देऊन प्रोत्साहन

जलव्यवस्थापन

राज्याच्या आर्थिक विकासासाठी जलसंवर्धनावर विशेष भर दिला पाहिजे, असे कौटिल्याचे मत होते. राजाची, राज्याची व समाजाची जलसंवर्धनास काय भूमिका असावी आणि या गोष्टीत अडथळा निर्माण करणाऱ्यांना शिक्षा काय असावी, याचा उल्लेख त्याने केला आहे.

सर्वात महत्त्वाचे म्हणजे पर्जन्यमापकाचा शोध कौटिल्याने लावला, असे मानले जाते.

बारमाही किंवा पावसाळ्यात वाहणाऱ्या नदीनाल्यांना राजाने धरण बांधावे, दुसरे कोणी खासगीरीत्या धरण बांधायला तयार झाल्यास त्याला माती, लाकडे इत्यादी सामान मोफत द्यावे. सिंचन क्षेत्राचा विकास करावा आणि लोकसहभागातून अशी सार्वजनिक कामे करून घ्यावीत, यावर कौटिल्याचा विशेष भर आहे.

❑

आचार्य वराहमिहिर व काश्यप ऋषींचा वनस्पतिविचार

वराहमिहिर यांच्या 'बृहत्संहिता' या ग्रंथात वृक्ष-वनस्पतिविषयक विचार अत्यंत शास्त्रीय दृष्टीने केला असून उपलब्ध वृक्ष-वनस्पतिविषयक शास्त्र-वचनांचा, विचारांचा संग्रहही या ग्रंथात आढळतो. ऋषी काश्यप लिखित 'काश्यपसंहिता' या ग्रंथात विविध अरण्य प्रकारांवरून तो प्रदेश कोणत्या समाजाच्या वस्तीसाठी योग्य आहे, याचे विवेचन आहे. दोन्ही ऋषींनी वृक्ष व वृक्षभूमीविषयक विचारांची एक नवीन दिशा वाचकांना दिली आहे.

आचार्य वराहमिहिर यांचे निसर्ग निरीक्षण

आचार्य वराहमिहिरांनी पर्जन्यगर्भ निरीक्षणांबरोबर नैसर्गिक निरीक्षणांविषयी मार्गदर्शन केलेले आहे :

- पर्जन्य गर्भधारणा होतेवेळी पूर्व-ईशान्य वा उत्तर दिशेकडून आल्हाददायक थंड वारे वाहत असतील, सूर्य फार प्रखर नसेल, तसेच आकाश मोराच्या कंठाप्रमाणे निळ्या रंगाचे असेल व रात्री निर्मल चंद्रप्रकाशाच्या असतील तर पावसाळ्यात चांगली वृष्टी संभवते.
- मार्गशीर्ष व पौष महिन्यांत संध्याकाळी आकाश लालसर रंगाचे झाले असता पर्जन्य गर्भधारणा झाल्यास ते चांगल्या पावसाचे लक्षण समजावे.
- माघ महिन्यात वारे वेगाने वाहत असतील व चंद्रसूर्याची किरणे बर्फासारखी शुभ्र असतील तर ते उत्तम पावसाचे लक्षण समजावे.
- पर्जन्य गर्भधारणेच्या काळात आकाशात धुळीचे वादळ होत असेल किंवा भूकंप झाला असेल किंवा गर्भधारणेनंतर भूकंप झाला किंवा उल्कापात होत असेल किंवा दोन ग्रह एकमेकांच्या फार जवळ आलेले असतील, तर येणारा पावसाळा हा दुष्काळामुळे नाशकारी ठरतो.
- पर्जन्य गर्भधारणेच्या वेळी लालसर रंगाचा पाऊस पडला, सूर्य व चंद्रग्रहण असले, तर पर्जन्य गर्भधारणा विफल होते. म्हणजे पावसाळ्यात पाऊस पडत नाही.
- गर्भधारणा लक्षण ज्या ॠतूत नोंदले जाते, त्या ॠतूत सर्वसाधारण अपेक्षित नैसर्गिक स्थितीपेक्षा वेगळी स्थिती असेल, तर त्यानंतर येणाऱ्या पर्जन्यकाळावर तिचा वाईट परिणाम झालेला दिसतो.

वराहमिहिरप्रणीत पर्जन्याचे मोजमाप

- आचार्यांनी प्रदेशातील क्षेत्रानुसार मोजमापे व पडणाऱ्या पावसाच्या पाण्याची मोजणी याविषयी मार्गदर्शन केले आहे. वराहमिहिरांनी पर्जन्य गर्भधारणेवेळी असलेल्या नैसर्गिक स्थिती (वारा वाहणे, वादळ असणे, वीज चमकणे, पावसाची सर येणे आणि वाऱ्याची

व विजेची गर्जना) निरीक्षणांची आवश्यकता सुचवली आहे.

- गर्भधारणा व गर्भवृद्धीच्या काळात या पाचही स्थिती एकाच वेळी दिसल्यास, पाऊस शंभर योजने परिसरात पडेल. (एक योजन म्हणजे चार कोस किंवा अंदाजे आठ मैल अंतर)
- चार स्थिती दिसल्या तर पन्नास योजने परिसरात पाऊस होईल.
- दोनच स्थिती असतील, तर बारा योजने परिसरात पाऊस पडेल असा अंदाज सांगितला आहे.
- पावसाच्या रूपाने आकाशातून पडणाऱ्या पाण्याचे मोजमाप करण्यासाठी वराहमिहिरांच्या काळात 'प्रस्थ', 'कुडव', 'आढळ' आणि 'द्रोण' ही मापे होती.

बृहत्संहिता ग्रंथातील वृक्षायुर्वेद

- महाभारत व कौटिल्याच्या अर्थशास्त्रानंतर वृक्ष-वनस्पतिविषयक विचार अत्यंत शास्त्रीय दृष्टीने वराहमिहिरांच्या 'बृहत्संहिता' या ग्रंथात केलेला आढळतो. बृहत्संहितेतील ५५वा अध्याय हा वृक्षायुर्वेद या नावाचा आहे. त्यात त्या काळी उपलब्ध वृक्ष-वनस्पतिविषयक शास्त्र-वचनांचा, विचारांचा संग्रह केलेला दिसतो.
- सर्व वृक्ष-वनस्पतींना मृदू जमीन आवश्यक असते. म्हणून प्रथम ज्या भूमीत वृक्ष लावायचे आहेत, त्या भूमीत आधी तीळ पेरावेत. अंकुरून त्यांना फुले आल्यानंतर कुस्करून मातीत मिसळून टाकावे.
- योग्य वाढीसाठी झाडे लावताना योग्य अंतर ठेवले पाहिजे. २० हात अंतर हे उत्तम. १६ हात अंतर हे मध्यम आणि १२ हात अंतर ठेवणे कनिष्ट होय. अगदी जवळ वृक्ष लावल्यास ते चांगले फुलत नाहीत.
- फणस, अशोक, केळी, जांभूळ, डाळिंब, द्राक्ष हे वृक्ष कांडामध्ये छेदन करून गायीच्या शेणामध्ये लिंपावेत. दुसऱ्या वृक्षाच्या मुळाशी किंवा गाठीशी छेद घेऊन त्यांचे रोपण करावे.
- ज्यांना फांद्या फुटल्या नाहीत, अशा वृक्षांचे रोपण शिशिर ऋतूत करावे.
- ज्यांना फांद्या फुटल्या आहेत, अशा वृक्षांचे रोपण थंडी पडावयाच्या सुमारास करावे.
- उत्तम प्रकारे फांद्या फुटून मोठ्या झालेल्या वृक्षांचे रोपण वर्षा ऋतूत करावे.
- वृक्षारोपणासाठी वर्षा, हेमंत व शिशिर हे तीनच ऋतू योग्य मानले आहेत.

काश्यपसंहिता ज्ञानकाण्ड

काश्यपसंहितेचे पूर्ण नाव *'काश्यपसंहिता ज्ञानकाण्ड'* असे असून, ती वैखानस शाखेची आहे. १९६०मध्ये तिरुपती देवस्थानम्, तिरुपती यांनी प्रकाशित व पंडित शें. भ. पार्थसारथी भट्टाचार्य यांनी संपादित केलेल्या प्रतीचा *'श्रीमद्वैखानसे भगवच्छास्त्रे काश्यपज्ञान काण्ड:'* असा मथळा आहे. एकूण १०८ अध्यायांमध्ये आधिभौतिक, आधिदैविक व आध्यात्मिक अशा तिन्ही स्तरांवरील काश्यपाला असलेले शास्त्रीय ज्ञान समाविष्ट केले आहे.

- अग्निपुराण, कश्यपसंहिता, बृहत्संहिता, वृक्षायुर्वेद (सुरपाल) या ग्रंथांव्यतिरिक्त आणखी वेगळ्या तऱ्हेची माहिती 'काश्यपसंहिते'त मिळते.
- काश्यपसंहिता व कश्यपसंहिता यांचा वरवर पाहता कोणताही संबंध दिसत नाही. तसेच कश्यप व काश्यप हे ऋषी व त्यांचे ग्रंथ वेगवेगळे मानले आहेत.
- काश्यपसंहितेतील माहिती वृक्षांच्या आयुर्वेदासंबंधी नाही. वृक्षांच्या विविध अरण्यांवरून तो प्रदेश कोणत्या समाजाच्या वस्तीसाठी योग्य आहे, याचे विवेचन करून त्यांनी वृक्षपरत्वे भूमीचे एकूण नऊ भाग पाडले आहेत.
- काटेकोरपणे पाहिल्यास या प्रकारचे विवेचन शास्त्रीयदृष्ट्या वृक्षायुर्वेदामध्ये गणले जात नाही.

मात्र, काश्यपसंहितेतील विवेचन वृक्ष व ते ज्या भूमीवर वाढतात, त्या भूमीकडे पाहण्याची, विचार करण्याची नवी दिशा देते. हा मुद्दा वृक्षायुर्वेदामध्ये समाविष्ट न करता मुद्दाम स्वतंत्र मांडला आहे.

- काश्यपसंहिता ज्ञानकांडातील दोनच प्रकरणांचा आपण विषयानुरूप विचार करणार आहोत. एका प्रकरणात वनस्पतिमूलक भूभागांचे वर्गीकरण असून, दुसऱ्या प्रकरणात आरामवृक्ष म्हणजे उद्यानात लावण्यासाठी कोणते वृक्ष शुभ व ग्राह्य आहेत, हे सांगितले आहे.
- भूभागांच्या वनस्पतिमूलक वर्गीकरणाचा अध्याय ११ व १२ असून, आरामवृक्षांचा अध्याय १७ आहे. दोन्ही अध्याय अगदी छोटे असून, आरामवृक्षांच्या अध्यायात त्या वृक्षांसंबंधी अक्षरशः पाच ओळीत विवेचन केले आहे.
- उल्लेख केलेल्या सर्व वनस्पतींची संख्या भूभागांच्या वर्गीकरणात ७९ व आरामवृक्षांच्या अध्यायात १० अशी एकूण ८९ आहे. अग्निपुराण, कश्यपसंहिता आणि बृहत्संहिता या तिन्ही मिळून होणाऱ्या ६३ वनस्पतींच्या तुलनेत काश्यपसंहिता ज्ञानकांडातील ८९ ही संख्या मोठी आहे.

  तिच्यात उल्लेखिलेल्या वनस्पतीही विविध रंगांच्या व गुणधर्मांच्या आहेत.
- या वनस्पतींच्या आधारे केलेल्या भूभागांच्या वर्गीकरणात एकूण भूभागाचे नऊ प्रदेश मानले आहेत. (श्लोक : *तत्र वैष्णवं ब्राह्मण् रौद्रमैन्द्रं गुरडं भौतिकमासुरं राक्षसं पैशाचमिति नवविद्यो दशेः।।*) ते असे : (१) वैष्णव देश (२) ब्राह्मदेश (३) रौद्र देश (४) ऐन्द्र देश (५) गारुड देश (६) भौतिक देश (७) आसुर देश (८) राक्षस देश (९) पैशाच देश.
- पंडित यांच्या मतानुसार, अग्निपुराण, कश्यपसंहिता, बृहत्संहिता आणि काश्यपसंहिता ज्ञानकाण्ड या चार ग्रंथांतून उल्लेख असलेल्या एकूण वनस्पतींची संख्या (६३ + ८९ =) १५२ होते. या चार ग्रंथांमधून प्राचीन भारतीयांचे वनस्पती संशोधनाविषयी एकूण तीन दृष्टिकोण आपल्या लक्षात येतात :

  १. वनस्पतींचे शारीरिक विश्लेषण (त्याला आपण वनस्पतींचे शरीरशास्त्र म्हणू. त्यात वनस्पतींची मूळ, खोड, पान, फूल व फळ ही पाच अंगे मानली आहेत.)
  २. वनस्पतींच्या अधिपती देवता
  ३. वनस्पतींचे शुभ व अशुभ असे वर्गीकरण

काश्यपसंहिता ज्ञानकाण्ड भूमीविचार

सर्व भूमींचे निरीक्षणातून त्यांनी नऊ प्रकारांत वर्गीकरण केले आहे. वर्गीकरणासाठी उगवलेल्या वनस्पती, त्या भूमीतील प्राणी / जंतू, मातीचा गंध, रंग व तिचा रस या निकषांचा वापर केला आहे. प्रस्तुत संहितेत वनस्पतिमूलक वर्गीकरणाचाच विचार केला आहे :

- **वैष्णव प्रदेश :** अशोक, अर्जुन, कर्णिकार, अश्वत्थ, धायटी इत्यादी पुरुष-वृक्षांनी, त्याचप्रमाणे भूमिकमल, कवठ, विष्णुकांता, आखुपर्णी (गेळफळ), तुळशी, दुर्वा इत्यादी वनस्पतींनी युक्त आहे. त्या प्रदेशाला 'वैष्णव प्रदेश' म्हणतात.
- **ब्राह्म प्रदेश :** बेल, पळस इत्यादी यज्ञाला उपयुक्त आणि कुश, दर्भ, देवनंदा, असुरहनी, गुल्म इत्यादी वेलींनी युक्त असलेल्या प्रदेशास 'ब्राह्म प्रदेश' म्हणतात.
- **रौद्र प्रदेश :** काटेरी वृक्ष, तेंदू, चिंच, करंज, बांबू, जपा, रुई, कापूस, लाल, रक्तकरंद, अंकोल इत्यादी रुक्ष वृक्षांनी युक्त प्रदेशास 'रौद्र प्रदेश' असे म्हणतात.
- **ऐंद्र प्रदेश :** फणस, आंबा, केळी, अर्जुन, पन्नाग, बकुळ, पाटल, निर्गुंडी, नीलकमले, कंद वनस्पती, जाई, देवडांगरी, जुई इत्यादी वनस्पतींनी भरलेल्या प्रदेशास 'ऐंद्र प्रदेश' म्हणतात.

- **गारुड प्रदेश :** अंकोल, कुंद फुलांचे झाड, सूर्यफूल, सर्पाधाती नावाची विषारी वनस्पती, मोगरा, जाई, लिंब, धुराचा वास येणारी वनस्पती यांनी आश्रय केलेल्या प्रदेशास 'गारुड प्रदेश' म्हणतात.
- **भौतिक प्रदेश :** अग्निमंथ, केवडा, निर्गुंडी, कण्हेर, पळस, ताड, कस्तुर, मोगरा, पांढरी, नंदा, दूर्वा भरलेल्या प्रदेशास 'भौतिक प्रदेश' म्हणतात.
- **आसुर प्रदेश :** बिल्बा, पांढरी टाकळी, लंकेतील पिंपळी, जहरी कचोरा, यज्ञाचा नाश करणारी वनस्पती, कांदा भरलेल्या प्रदेशास 'आसुर प्रदेश' म्हणतात.
- **राक्षस प्रदेश :** कवठ, लांब दंडासारखा रानात होणारा कंद, कुटकी, दवणा, लाल फुले येणाऱ्या वनस्पती. आल्याचा / सुंठीचा ओला कंद, सुपारी व विषारी झाडे यांनी व्यापलेल्या प्रदेशास 'राक्षस प्रदेश' म्हणतात.
- **पैशाच प्रदेश :** भोकर, बेहडा, सावरी, सुरुंड, जलवेत, पापकर्ण, पित्तपापडा, अपचनी, कोहळा, आवास, नीलवृक्ष, सोमवल्ली किंवा ब्राह्मी इत्यादी वनस्पतियुक्त प्रदेशास 'पैशाच प्रदेश' म्हणतात.

❑

वृक्षायुर्वेदानुसार बीजसंस्कार व वृक्ष रोगांवर उपचार

वृक्षांनाही सजीव मानणारे भारतीय त्यांना अन्य सजीवांप्रमाणे देवत्वाचाही दर्जा देतात, हे एक प्राचीन भारतीय तत्त्वज्ञानाचे वैशिष्ट्य आहे. त्यामुळेच वृक्षारोपण हा केवह यांत्रिक विधी राहत नाही, तो एक धार्मिक विधी बनतो. रोपांच्या वाढीसाठी बीजसंस्कार सांगतानाच वृक्षांच्या पीडा (रोग) यांचे वर्णन केले आहे.

वृक्ष चांगले वाढावेत, भूमी सस्यश्यामल व्हावी, या हेतूने परमेश्वराचे स्मरण, आवाहन व पूजा करण्यासाठी स्वतंत्र वृक्षपूजाविधी व मंत्रही आहेत. वृक्षांकडून प्राप्त फुले, फळे, पाने यांच्या साहाय्याने पुन्हा देवाची पूजा केली जाते, म्हणून वृक्षारोपणावेळी पावित्र्य राखावे.

वराहमिहिर यांच्या वृक्षायुर्वेद प्रकरणामध्ये वृक्षांना पाणी कधी द्यावे, याचा विचार सांगितला आहे. उन्हाळ्यात सकाळी व सायंकाळी, हिवाळ्यात एक दिवसाआड आणि पावसाळ्यात जमीन कोरडी झाल्यास रोपण केलेल्या वृक्षांना पाणी द्यावे. (श्लोक : *दिनान्तरे वर्षासु च भुवः शोषे सेक्तव्याः रोपिताः द्रुमाः।।*)

वराहमिहिरांनी पाण्याची भरपूर आवश्यकता असलेल्या सोळा वृक्ष-वनस्पतींची यादी दिली आहे. त्यांना अनुपज वृक्ष (अनुप-ज म्हणजे पाणथळ जागेत उगवणारे व वाढणारे वृक्ष) म्हणतात. त्यात जांभूळ, वेत, वानीर (वाळा), कदंब, औदुंबर, अर्जुन, बीजपूरक, डाळींची रोपे, कालकुच, डाळिंब, बकुळ, नक्तमाल, तिळाची रोपे, फणस, तसेच तिमिर आणि अंबाडा यांचा समावेश आहे.

वृक्षांच्या पीडा

- अगदी जवळ लावलेले व उगवलेले, तसेच एकमेकांना स्पर्श करणारे अशा वृक्षांच्या मुळ्या एकमेकांमध्ये गुंतून गेल्यामुळे पीडित होतात, यथायोग्य फळे देत नाहीत.
- थंडी, वारा आणि कडक ऊन यामुळे वृक्षांना रोग निर्माण होतात. त्याची लक्षणे पाने पांढरी पडणे, अंकुराची वाढ खुंटणे, फांद्या वाळून जाणे आणि वृक्षातील रस नष्ट होणे यातून दिसतात.
- वाजवीपेक्षा थंडीमध्ये अंकुर थिजून जाऊ शकतो किंवा उन्हामुळे वाळून जाऊ शकतो.
- वराहमिहिर वनस्पतींच्या रोगांवर उपाय सांगतात. रोगयुक्त वृक्षांना ज्या ठिकाणी रोग झाला असेल, तो भाग शस्त्राने छेदून, त्यात विडंग, तूप व चिखल यांचा लेप भरावा. दूधमिश्रित पाण्याने त्या वृक्षावर सिंचन करावे.
- वृक्षांचा फलनाश झाला असता, फुले व फळे यांच्या समृद्धीसाठी कुळीथ, उडीद, मूग, तीळ व जव दुधामध्ये शिजवावे. ते दूध थंड करून त्याचे वृक्षावर सिंचन करावे, असा उपाय सांगितला आहे.

खड्डा करण्यापासून भरण्यापर्यंतची प्रक्रिया सांगतानाच कोणत्या दिशेला कोणते वृक्ष लावायचे, याविषयीचे विस्तृत विवेचन

प्राचीन काळापासूनचे बीज प्रक्रियेचे महत्त्व

- ज्या वेलींना कीटक लागल्याने फळे-फुले येत नाहीत, त्यांच्यासाठी मेंढ्या व बोकड यांच्या लेंड्या, सातू आणि पाणी यांचा उपचार सांगितला आहे. मात्र वजन-मापात भिन्नता आढळते.

वराहमिहिर पाचव्या शतकात आणि भास्कराचार्य अकराव्या शतकात होते. काश्यप ऋषी वराहमिहिरांच्याही अगोदरच्या काळातील असल्याने वजन-मापातही देश-कालपरत्वे भिन्नता आढळते.

बीज संस्कार

- वृक्षांची बीजे उत्तम वाढून फळे व फुले उत्तम दर्जाची येण्यासाठी बीजांवरच संस्कार करण्याची प्रक्रिया दिली आहे. आजच्या शास्त्रातही बीजप्रक्रियेला महत्त्व आहे.
- शुद्ध बीजापासून फळे, फुले, पाने, हीदेखील शुद्ध व उत्तम दर्जाची येतात, हे सांगितले आहे.
- बियाणे घेऊन तुपाने भरलेल्या हाताने मळावे व दुधात ठेवावे. असे दहा दिवस करावे. नंतर गायीच्या शेणात मिश्रण करून ते वाळवावे. डुक्कर आणि हरीण यांच्या रक्ताचा धूप द्यावा. नंतर ते सर्व बियाणे केवळ मांसासाठी गलेलठ्ठ केलेल्या डुकराच्या चरबीत ठेवावे. ही प्रक्रिया पूर्ण झाल्यानंतर तिळादी पदार्थांनी मृदू केलेल्या भूमीत पेरावे, त्यावर दूधमिश्रित पाण्याने सिंचन करावे. यामुळे वृक्षांना उत्तम फळे येतात.
- चिंचेचे कठीण व टणक बी अंकुरित करण्यासाठी साळ, उडीद आणि तीळ यांचे चूर्ण करून ते सातूबरोबर ताज्या मांसात मिसळावे. या मिश्रणाचे हळदीने सिंचन करावे.
- कवठाला अंकुरित करण्यासाठी विधी दिलेला आहे. आस्फीत, धात्री, धव, वासिका, पर्णयुक्त वेत, पर्णयुक्त सूर्यवल्ली, श्यामा आणि अतिमुक्त या आठ वनस्पतींची मुळे घेऊन ती दुधात शिजवावीत. ते दूध थंड करावे. नंतर शंभर टाळ्या वाजवण्याइतका वेळ कवठाचे बी त्या दुधात घालून शिजवून ठेवावे. हे सर्व मिश्रण एक महिनाभर उघड्यावर ठेवून सूर्यकिरणात वाळवावे आणि नंतर पेरावे.
- एक हात लांब आणि एक हात रुंद व त्याच्या दुप्पट (म्हणजे दोन हात) खोल खड्डा खोदावा. वरीलप्रमाणे अष्टमुळीयुक्त दूध-पाण्याने तो खड्डा भरून टाकावा. सूर्यकिरणांनी शुष्क झाल्यानंतर त्यात वाख, मध, तूप यांनी तो आतून लिंपून काढावा. उडीद, तीळ व जव यांचे पीठ व मातीचे मिश्रण याने तो खड्डा भरून टाकावा. त्यावर मासे व मांस यांनी मिश्रित केलेले पाणी टाकावे. जागा घनरूप होईपर्यंत ठोकावी. त्यात चार अंगुले खाली बी पेरावे, त्यावर मासे व मांस यांनी मिश्रित केलेले पाणी (रोज) शिंपडावे.

- अंकोल वृक्षाच्या फळाच्या कलकाने कोणत्याही बीजाला १०० वेळ भावना द्यावी, तसेच तिळाच्या किंवा भोकराच्या कलकानेसुद्धा भावना देता येते. या बीजातून अंकुर त्वरित फुटू लागतात, त्यांच्या शाखा फळांच्या भाराने वाकतात.

यात आयुर्वेद शास्त्रातील 'भावना देणे' ही प्रक्रिया वराहमिहिरांनी प्रस्तुत श्लोकात सांगितली आहे : कल्क-फळातून, पानापानांतून, खोडांमधून अथवा फांद्यांमधून निघणारा चीक किंवा एक प्रकारचा चिकट द्रव पदार्थ, भावित - भावना दिलेले; 'भावना देणे' हा वाक्यप्रयोग मूलतः व मुख्यतः आयुर्वेदशास्त्रात येतो.

एखाद्या औषधाला दुसऱ्या वसात भिजवून त्या दोघांचे एकजीव होईपर्यंत घोटणे हा 'भावना देणे' या वाक्यप्रयोगाचा अर्थ आहे. प्रस्तुत उदाहरणात कोणत्याही बीजाला अंकोल-फल, तीळ किंवा भोकराच्या कल्काशी मिश्रित करून ते शंभर वेळा घोटावे, असे सांगितले आहे. असे घोटले की ते एकजीव होतात. ते एकजीव झाले की 'भावना' देण्याची प्रक्रिया पूर्ण झाली असे समजावे.

काश्यप ज्ञानकाण्डातील वृक्षविचार

- काश्यपांनी आरामवृक्षांची सूची दिली असून, त्यात ९१ वृक्षांचा समावेश आहे. हे वृक्ष लावण्याच्या दिशांचे सविस्तर विवेचन केले आहे. (अध्याय क्र. १७)
- न्यग्रोध म्हणजे वटवृक्ष पूर्व दिशेला, उदुंबर दक्षिण दिशेला, अश्वत्थ पश्चिम दिशेला आणि प्लक्ष उत्तर दिशेला याप्रमाणे उद्यानाच्या चारी दिशेला वरील वृक्षांचे रोपण करावे. त्यांनी स्पर्श केलेल्या वाऱ्याने प्रवेश केलेल्या प्रदेशात समृद्धी होते.
- वारुण, श्लेष्मातक, निंब आणि शाल्मली या वृक्षांचे आग्नेयादी दिशांना रोपण करावे.
- वारुण वृक्ष आग्नेय दिशेला, श्लेषात्मक नैर्ऋत्य दिशेला, निंब वायव्य दिशेला आणि शाल्मली ईशान्य दिशेला, असे रोपण करावे.
- शाल्मली, किंशुक, कार्पास, दुधाळ व काटे असलेले वृक्ष यांचे गावांमध्ये रोपण करू नये. कारण त्यांचे रोपण करणे निरर्थक आहे.
- श्लोक : *अजातशाखान् शिशिरे जातशाखान हिमागमे।*
  वर्षागमे च सुस्वन्धान् यथादिक्स्थान प्ररोपयेत।।
  यथादिक्स्थान - यथा + दिक् + स्थ हा मूळ शब्द आहे. त्याचा अर्थ 'योग्य' त्या दिशेला.
- प्रत्येक वनस्पतीसाठी स्थळ व काळ ठरवून दिला आहे. स्थल म्हणजे शेताच्या कोणत्या दिशेला कोणते वृक्ष लावावेत याचे नियम दिले आहेत आणि काळ म्हणजे कोणत्या तिथींवर, नक्षत्रांवर आणि मुहूर्तांवर कोणते वृक्ष लावावेत म्हणजे ते फळा-फुलांनी समृद्ध होतील, याचेही नियम सांगितले आहेत. कलमे करून नंतर त्यांचे रोपण करावे, हा विधी सांगितला आहे. प्राचीन भारतीय वनस्पतिशास्त्राचे हे महत्त्वाचे वैशिष्ट्य आहे.
- वरील वृक्षांच्या कलमांना किंवा रोपांना मुळापासून फांद्यांपर्यंत तूप, वाळा, वाळ्याची मुळे, तीळ, मध, विडंग, दूध, गायीचे शेण यांचा लेप देऊन त्यांचे दुसरीकडे रोपण करावे.
- रोपण झाल्याबरोबर वृक्ष पानांसकट वाढू लागतो. वृक्षांना अंघोळ घालून वृक्षांची पूजा करावी. वृक्षांनाही देव मानून स्नान, अनुलेपन करावे, असे सांगितले आहे. अनुलेपन म्हणजे अंगाला उटणे लावणे.

❑

‘काश्यपीय कृषिसूक्ती’तील जलविचारासह माती परीक्षण पद्धती

कृषिसूक्ती या ग्रंथामध्ये भूमीचे विभाजन - तलाव, कालवे, विहिरी यांचे बांधकाम, आदर्श शेतकरी आणि ग्रामीण अधिकाऱ्यांची लक्षणे, शेतीच्या कामासाठी लागणाऱ्या साधनांचा संग्रह, आदर्श गाय-बैलांची लक्षणे, सुगी आणि धान्य व डाळींच्या शेतीसाठी जमीन निवडण्याचा काळ, बियांचा संग्रह, पेरणीपूर्वी जमिनीची नांगरणी, धान्यपिकांच्या लागवडीची पद्धत, कडधान्य आणि इतर पिकांची लागवड या विषयांचा काश्यप ऋषींनी विचार केला आहे.

- ‘काश्यपीय कृषिसूक्ती’ हा शेतीशास्त्रावरचा एक अत्यंत उपयुक्त ग्रंथ आहे. काश्यप ऋषींनी शेतीच्या सर्व विभागांचा अत्यंत मूलभूत स्वरूपाचा विचार मांडला आहे. शेती हा व्यवसाय अत्यंत पवित्र व समाजमान्य असून, आपल्या सर्व ग्रंथांत काश्यप ऋषींनी शेतकऱ्यांच्या श्रमाला प्रतिष्ठा दिलेली दिसते. लोकांच्या अन्नसुरक्षिततेसाठी कृषिविकासाला साहाय्य करणे, हे राजाचे व शासकाचे आद्य कर्तव्य असल्याचे काश्यप ऋषींनी वारंवार सांगितले आहे.

काश्यपीय कृषिसूक्तातील जमीन विचार

- भूमीचे विभाजन पर्वत, महासागर, नद्या, जंगले व सुपीक जमीन यांची पाहणी करून त्याप्रमाणे करावे. (श्लोक क्र. २४)
- महासागर, दलदल, सरोवरे, खडकाळ भूमी आणि उष्ण वाळवंट, पाण्याचा दुष्काळ, खारे पाणी, बियांच्या उगवणीस अपायकारक भूमी असे जमिनीचे प्रकार आहेत. (श्लोक क्र. २४)
- प्रत्येक युगानंतर भूमी नव्याने निर्माण झाली आहे, तरीही ती उत्कृष्ट आहे. कधीकधी समुद्राच्या पाण्याखाली भूमी बुडालेली असते. (श्लोक क्र. २७)
- जमिनीचा मऊ किंवा घट्टपणा, मातीचा रंग तांबडा किंवा काळा यावरून काश्यप ऋषी वर्गवारी करतात. जमीन खोल किंवा फार उंचीवर नसावी, सपाट असावी. (श्लोक क्र. ३४-३५)
- ज्या जमिनीत वाळवीची वारुळे किंवा हानिकारक जीवाणू नसतात, ती जमीन शेतकऱ्यांच्या दृष्टीने सुखदायी ठरते. (श्लोक क्र. ४१)
- जमिनीत पाण्याचे झरे सहज उपलब्ध असावेत. (श्लोक क्र. ४५)
- जमिनीच्या विविध गुणधर्मांची माहिती, उत्तम जमीन निवडण्याची पात्रता, पाणी शोधण्याचे नियम माहिती असलेल्या तज्ज्ञ व्यक्तीची नेमणूक राजाने करावी, त्याला कृषिकर्माचे ज्ञान असावे. या माणसाने शेतकऱ्यांची जात

चांगल्या जमिनीची लक्षणे (१.३२ ते १.३८)

जमिनीची वैशिष्ट्ये सांगताना जमीन ही सुपीक असून, निश्चित उत्पादन देणारी असावी. तिच्यातून भरपूर उत्पादन मिळण्यासाठी पिकांवरील किडींचे नियंत्रण केले पाहिजे. जमिनीपासून पिकांचे चांगले आणि भरपूर उत्पादन मिळाले पाहिजे. योग्य निगा ठेवल्याने जमिनीतून चांगले उत्पादन मिळते.

- जमीन हाडे आणि गोट्या यांपासून मुक्त असावी.
- जमिनीत लवचीकता व चिकणमाती असावी.
- जमिनीच्या रंगाची छटा लालसर व काळी असावी. पाणी दिले असता ती चमकदार व्हावी.
- जमीन फार खोल किंवा उथळ असू नये.
- जमिनीत पेरलेले बी लवकर उगवण्याची क्षमता असावी.
- जमिनीची नांगरणी आणि इतर मशागतीची कामे सहज करता यावीत.
- जमिनीत पाणी सहज मुरावे, तिच्यात उपयुक्त जीवाणू असावेत.
- जमीन वजनदार असावी.

न विचारता पिकांच्या लागवडीसाठी योग्य जमिनीची निवड करून द्यावी. ही सर्व जबाबदारी राजाची आहे. (अध्याय १.४६, ४७)

- **जमिनीचे विविध गुणधर्म :** जमिनीचा रंग, भांड्यातील पाण्याचा गढूळपणा, चव व वाहकता यांचे निरीक्षण करावे. त्यानंतर जमिनीचा रंग समान असल्याची खातरी करावी. (श्लोक क्र. ५३)
- उत्तम गुणधर्मांची जमीन सर्वांसाठी शुभ असते. अशा जमिनीमुळे संपूर्ण कुटुंबाचे आरोग्य अबाधित राहते. अशा जमिनीमुळे संपत्ती, गुरे, धान्याची वृद्धी होते. (श्लोक क्र. ५५)

आधुनिक माती परीक्षणाशी साम्य दर्शवणारी काश्यप पद्धती

- आधुनिक मृदाशास्त्रज्ञ मांडत असलेल्या जमिनीच्या भौतिक गुणधर्मांप्रमाणेच काश्यप ऋषींनीही भौतिक गुणधर्म मांडले आहेत. या आधुनिक पद्धतीशी साम्य असल्याचे श्लोक क्रमांक ५१ ते ५४ मध्ये दिसून येते.
- कुदळीने किंवा इतर हत्याराने जमीन खोदून सूक्ष्म निरीक्षण वारंवार करावे. (सध्या जमिनीच्या परीक्षणासाठी शेतात निरनिराळ्या जागी जमीन खोदून मातीचे नमुने गोळा करतात.)
- मातीच्या नमुन्याचा वास घ्यावा, त्या जमिनीतील पाणी पिऊन चव घ्यावी.
- मातीच्या नमुन्याचे वजन करावे. त्यानंतर तो मातीचा नमुना पाण्याने भरलेल्या भांड्यात मिसळावा. सुमारे एक घटिकाभर (सुमारे अर्धा तास) वाट पाहावी.
- जमिनीच्या गुणधर्मांचे निरीक्षण करावे. जमिनीचा रंग, माती पाण्यात मिसळल्यानंतर भांड्यातील पाण्याचा गढूळपणा, चव व वाहकता यांचे निरीक्षण करावे.
- जमिनीचा रंग समान (एकसारखा) असल्याची खातरी करावी. ती जमीन घट्ट व चिकट आहे काय, ते पाहावे. अशा गुणधर्मांची जमीन देव व राजा यांकरिता शुभ असते. सामान्य जनतेसाठी निर्भय व समृद्धीसाठी योग्य असते.
- जमीन या विषयाचा काश्यप ऋषींनी सूक्ष्म विचार केलेला दिसतो. त्यांच्या मतानुसार पृथ्वी महासागराने वेढलेली आहे. पृथ्वीवरील भूमी सपाट नाही. या भूमीत उंच पर्वत, डोंगर, नद्या,

नाले, झरे, तलाव, दऱ्याखोरी, जंगले व कुरणे आहेत. पर्वत व नद्यांमुळे भूमीची विभागणी झाली आहे. म्हणून राजाने (शासनाने) तज्ज्ञ माणसाची नेमणूक करून या भूमीची पाहणी केली पाहिजे.

- पिके, फळबागा व जंगले लावण्यासाठी योग्य असलेली जमीन निश्चित केली पाहिजे.
- जमिनीच्या भौतिक गुणधर्मांचे परीक्षण करून वर्गीकरण केले पाहिजे. त्यासाठी जमिनीचा स्पर्श, चव, गढूळपणा, रंग व वजन तपासले पाहिजे. जमिनीचे वाळू, गाळ, चिकणमाती व सेंद्रिय पदार्थ हे मुख्य घटक असतात.
- अंगठा व त्या शेजारचे बोट यामध्ये शेतीतील मातीचा नमुना दाबला असता भरड स्पर्श वाटल्यास त्या जमिनीत वाळूचे प्रमाण जास्त असते. मऊ स्पर्श वाटल्यास त्या जमिनीत चिकणमातीचे प्रमाण जास्त असते, म्हणजे ती जमीन उत्तम असते. गाळाचा स्पर्श वाटल्यास त्या जमिनीत गाळाचे प्रमाण अधिक असते आणि ती मध्यम प्रकारची असते.
- एखाद्या पाण्याने भरलेल्या भांड्यात शेतीतील मातीचा नमुना टाकल्यास ते पाणी गढूळ बनते. जमिनीत चिकणमातीचे प्रमाण अधिक असल्यास गढूळपणाची तीव्रता जास्त असते आणि वाळूचे प्रमाण जास्त असेल तर गढूळपणाची तीव्रता कमी असते. काही वेळानंतर गढूळ पाण्यातील मातीचे कण तळाशी जमा होतात आणि भांड्यातील पाणी स्वच्छ झालेले दिसते. तेव्हा त्या पाण्याची चव खारट वाटल्यास त्या जमिनीचा रंग काळा असतो. करड्या रंगाच्या जमिनीत हे प्रमाण कमी असते. तांबड्या रंगाच्या भरड जमिनीत चिकणमातीचे प्रमाण सर्वांत कमी असते.
- शेतातील मातीचा नमुना तळहातावर घेऊन त्याचे वजन पाहावे. मातीचे कण मोठे असल्यास त्या मातीचे वजन जास्त असते. एक घन सेंटीमीटर मातीचे वजन २.६५ ग्रॅम असते. शेतातील माती तपासण्याच्या प्रयोगशाळा नसलेल्या प्राचीन काळात काश्यप ऋषींचे हे माती परीक्षण अत्यंत महत्त्वाचे आहे.

❑

सुरपाल यांच्या 'वृक्षायुर्वेद' ग्रंथातील पीक संरक्षण सिद्धान्त

भारतीय साहित्यात वनस्पतिशास्त्राच्या विचारांची सुरुवात ऋग्वेदापासूनच झालेली दिसते. त्याच विचारांचे परिपक्व रूप आपल्याला वृक्षायुर्वेद या ग्रंथामध्ये पाहावयास मिळते. दहाव्या शतकातील सुरपाल या विद्वानाने लिहिलेल्या या ग्रंथामध्ये वनस्पतीची संबंधित सर्वांगीण विचार करण्यात आला आहे.

- सुरपाल हे दहाव्या शतकातील महापराक्रमी राजा भीमपाल यांच्या दरबारातील विद्वान पंडित होते. त्यांना 'वैद्यविद्यावरेण्य' ही पदवी होती. या सुरपालांनी संस्कृतमध्ये *वृक्षायुर्वेद* ग्रंथ लिहिला.
- एशियन ॲग्री हिस्ट्री फाउंडेशनचे चेअरमन डॉ. वाय. एल. नेने यांना इंग्लंडमधील ऑक्सफर्ड येथील ग्रंथालयामध्ये वृक्षायुर्वेद या ग्रंथाची प्रत मिळाली, त्याचे इंग्लिश भाषांतर डॉ. नलिनी साधले, तर मराठी भाषांतर डॉ. उमाशशी भालेराव यांनी केले आहे. त्यांच्या प्रयत्नांमुळे हे 'वनस्पती जीवनाचे शास्त्र' आजच्या शेतकऱ्यांसमोर येण्यास मदत झाली. या ग्रंथात सुरपालांनी वनस्पतींच्या संदर्भात अनेक महत्त्वाच्या व उपयुक्त गोष्टी सांगितल्या आहेत. या ग्रंथात एकूण ३२५ श्लोक आहेत.
- त्यात वृक्षांच्या निरनिराळ्या जाती, त्यांची सुदृढ वाढ यांचे विवेचन आहे. एकूण १७० जातींच्या वनस्पतींचा उल्लेख आहे. त्यात वनौषधी, झुडपे, झाडे यांचा समावेश आहे.
- झाडांची लागवड व उद्यानविज्ञान, परसातील झाडे, अशी वेगवेगळी प्रकरणे आहेत.
- बिया मिळवणे, टिकवणे, त्यावर प्रक्रिया करणे यांचे विवेचन आहे.
- झाडे लावण्यासाठी लागणारे साहित्य, झाडे लावण्यापूर्वी बनवायचे खड्डे, मातीची, जमिनीची निवड, जलसिंचनाच्या पद्धती भूजल शोधण्याच्या पद्धती, झाडांचे पोषण, खते, झाडांचे रोग, त्यांचे संरक्षण, उद्यानांचे व फळबागांचे आराखडे यासंबंधी सविस्तर विवेचन आहे.
- वृक्षारोपणासाठी सर्व साहित्य व बिया कशा मिळवाव्यात, याची रीत त्याने सांगितली आहे. (श्लोक क्र. ५२)
- बीजप्रक्रिया, तसेच बियांच्या अंकुरणासाठी करावयाचे प्रयत्न, लहान रोपांची वाढ व जतन हे सर्व विषय त्याने हाताळले आहेत. (श्लोक क्र. ५३ ते ६२)
- मशागतीच्या पद्धती, बियांची पेरणी, त्यासाठी लागणारे साहित्य, रोपे एका जागेवरून दुसरीकडे लावणे, दोन झाडांमधील अंतर, लागवडीचे आराखडे, झाडे लावण्यासाठी जमिनीत तयार करावयाचे खड्डे, बिया व खते यांची प्रक्रिया,

सुरपाल ऋषी रचित 'वृक्षायुर्वेद' ग्रंथामधील प्राचीन भारतीय वनस्पतिविषयक सूत्रबद्ध ज्ञान

झाडांना पाणी देण्याची पद्धत, पेरणीची वेळ असे अनेक विषय सुरपालांनी हाताळले आहेत. (श्लोक क्र. ६३ ते ९९)

- वृक्षायुर्वेदातील अनेक श्लोक हे झाडांचे पोषण, नैसर्गिक खते तयार करणे व वापरणे, नको असलेले तृण काढणे, औषधी वनस्पतींपासून खते बनवण्याची कृती, जनावरांपासून उत्पादित खते, एक किंवा अनेक जातींच्या वनस्पती, ठरावीक प्रमाणात एकत्र आणून ठरावीक झाडांसाठी वापरणे, यांविषयी आहेत.
- जलसिंचनाची पद्धत, वेगवेगळ्या जातींच्या वनौषधी व पशुजन्य गोष्टी पाण्यात मिसळून देण्याच्या पद्धती सांगितल्या आहेत. झाडांवरील फळांचे उत्पादन वाढवण्यासाठी वनौषधींचा वापर कसा करावा, याचे विवेचन आहे.

झाडांचे संरक्षण

- झाडांचे संरक्षण या विषयाचे प्रथमच सुरपाल शास्त्रीय पद्धतीने विवेचन करताना आढळतो. त्याने वृक्षांना होणाऱ्या रोगांचे 'आतून होणारे व बाहेरून होणारे' असे दोन प्रकार सांगितले असून त्यांची लक्षणेही सांगितली आहेत.
- मानवी शरीरशास्त्राप्रमाणे झाडांचे शरीरशास्त्र मानले आहे. माणसातील वात-पित्त-कफ या त्रिदोषावरून जसे रोग ओळखले जातात, तसे झाडांमधील अंतर्गत दोषांवरूनही त्यांचे रोग ओळखण्याच्या खुणा सुरपाल सांगतात. ही वर्णने बुरशीजन्य, विषाणूजन्य किंवा सूक्ष्मजंतूंमुळे होणाऱ्या आजच्या रोगांशी साधर्म्य दर्शवतात.
- अतिउष्णता, कडाक्याची थंडी, शस्त्राने झालेली इजा, कोरडा दुष्काळ किंवा अति जलमय जमीन, वेलींची जास्त प्रमाणात झालेली वाढ, यांच्यामुळे होणाऱ्या रोगांची वेगळी लक्षणे सुरपालांनी दिली आहेत.
- झाडांच्या या सर्व व्याधींवरील उपचार सूत्ररूपात मांडण्यापूर्वी शेकडो वर्षे त्यावर विचार झाला असला पाहिजे.

झाडावर बाहेरून येणारे रोग

- उन्हाने झाडे होरपळल्यास किंवा कडाक्याच्या थंडीचा मारा झाडांना सहन करावा लागल्यास झाडाची पाने पिवळी पडू लागतात. परिणामी, वात रोगाची लक्षणे दिसू लागतात. यासाठी सुरपालांनी फार सोपे उपाय सांगितले आहेत, या झाडांना सतत सात दिवस थंड पाणी दिल्यास मुळे व फांद्यांवरील कीड नष्ट होते. पांढरी मोहरी,

वचा, कुष्ठ व अतिविष मुळांना चोपडावे.

- कीड लागून झाडांना जखमा झाल्या असतील, तर त्या जखमांवर दुधाचा शिडकावा द्यावा. नंतर विडंग, तीळ, गोमूत्र, तूप आणि मोहरी यांचे मलम बनवून लावावे.
- झाडे उन्हात होरपळत असतील किंवा कडाक्याच्या थंडीचा परिणाम कमी करण्यासाठी झाडांना झाकून ठेवावे. 'कुणप' पाणी व दूध शिंपडावे.
- झंझावाती वाऱ्यांचा झाडांवर परिणाम होतो. झाडे मुळासकट उपटली जातात, झाडे वाकतात, फांद्या तुटतात. यासाठी प्लक्ष म्हणजे पिंपरी व उदुंबर या झाडांच्या सालीचा लगदा, तूप, मध, दारू व दूध यात मिसळून तुटक्या झाडांना लावावे. भाताच्या देठाने बनवलेल्या दोरखंडाने तुटके भाग घट्ट बांधावेत. झाडाभोवतीचा खोलगट भाग ताज्या मातीने भरावा. म्हशीचे दूध व पाणी शिंपडावे. झाडांच्या फांद्या गळून पडल्या असतील, तर त्या विशिष्ट भागास मध व तूप यांचे मिश्रण लावून नंतर दूध-पाणी शिंपडावे.
- धारदार शस्त्राने झाडांना जखमा झाल्यास झाडे वाळू लागतात. अशा वेळी वड आणि औदुंबर या झाडांच्या सालींचा लगदा, गायीचे शेण, मध व तूप यांचे मिश्रण लावावे.
- बिया सदोष असल्यास झाडांची उत्पादनशक्ती नाहीशी होते. त्यासाठी दूध, मोहरी, तीळ आणि बृहतीची राख यांची बियांवर प्रक्रिया करावी. गायीचे शेण, मध अथवा विडंग चोळावे.
- कधीकधी झाडांना मुंग्या लागल्याने झाडांना दुर्गंधी येते. मूळचा सुवास नाहीसा होतो. पानांचा आकार, लहान होतो, रोपांची वाढ खुंटते. अशा वेळी पांढरी मोहरी, रामठ, विडंग, वचा, उशन यांची धुरी द्यावी. तूपमिश्रित विडंग लावावे. मुंग्यांमुळे झाडांचे नुकसान होते. कोवळी झाडे शक्य असल्यास बाहेर काढून नखाने खरवडावीत. प्रत्येक मुळास मध व विडंग यांचे मिश्रण लावून गाडल्यानंतर पाणी द्यावे.

याप्रमाणे सुरपालांनी झाडांच्या रोगांचा व त्यावरील उपचारांचा सविस्तर विचार केला आहे. आधुनिक ज्ञानाच्या आधारे या उपचार-साहित्यात रासायनिक घटक काय असतात, याचे विवेचनही करण्याचा प्रयत्न केला आहे. त्यासंबंधी मूळ पुस्तकातून माहिती घेणे उचित ठरेल.

झाडांच्या अंतर्गत प्रकृतीमुळे होणारे रोग

- झाडांना 'वात' हा रोग झाला, तर झाडांचा बुंधा बारीक आणि वाकडा होतो. बुंध्यावर व पानांवर गाठ आली. फळे कडक झाली, हळूहळू पानांची गळती सुरू झाली, पाने व फळे पिवळी पडू लागली की झाडांना 'वात रोग' झाल्याचे समजावे. त्यावर उपाय पंचमुळाचा काढा सांगितला आहे. या पंचमुळांमध्ये बेल, पाटल, ऐरण यांचा समावेश असून, त्याचा काढा करून तो झाडांवर शिंपडावा.
- ज्या झाडांना फळे येण्यास विलंब लागतो, आलेली फळे बेचव असतात, ती अकाली पिकू लागली किंवा झाडे जखमेशिवाय पाझरू लागली, तर कफ रोग झाल्याचे समजावे. त्यासाठी पांढऱ्या मोहरीची खळ (पेस्ट) बनवून झाडाच्या मुळांशी घालावी. नंतर तीळ व राखेच्या मिश्रणाचे पाणी द्यावे. झाडांच्या मुळाभोवतीची माती काढून नवी, ताजी, कोरडी माती घालावी.
- झाडांची पाने पिवळी पडली, अकाली गळू लागली, फळे, फुले नष्ट होऊ लागली की झाडांना 'पित्त रोग' झाल्याचे समजावे. त्यासाठी दूध, मध, ज्येष्ठमध व मधूक यांचा काढा करून ते पाणी द्यावे. तसेच त्रिफळा व तूप आणि मध यांचे काढामिश्रित पाणी द्यावे.

❑

आधुनिक कृषिशास्त्रातील मूल सिद्धान्ताची मांडणी करणारे सुरपाल

सुरपालरचित वृक्षायुर्वेदामध्ये ऋग्वेदापासूनच्या ज्ञानाचा एकत्रित समावेश असावा. केवळ साठ पानी संहितेमध्ये आजच्या आधुनिक शेतीशास्त्रातील अनेक मूल सिद्धान्त आढळून येतात.

वाङ्मयाचा संक्षिप्त इतिहास लिहिताना १९२९मध्ये भाषाभ्यासक कीथने सुरपालच्या नावाचा उल्लेख केला आहे.

वृक्षायुर्वेद ही मूळ संहिता ६० पानांची असून, प्रत्येक पानावर दोन्ही बाजूला समास सोडलेला आहे. हा ग्रंथ श्लोकबद्ध म्हणजेच पद्यरूपात आहे. मूळ हस्तलिखित जुन्या नागरी लिपीत लिहिलेले आहे.

या ग्रंथात सुरुवातीला परमेश्वराची आराधना करून शेवटी ग्रंथाचे नाव 'वृक्षायुर्वेद' व ग्रंथकाराचे नाव भीमपाल असे दिले आहे. ग्रंथाची संपूर्ण रचना अत्यंत शिस्तबद्ध आहे.

- एक या पुरातन ग्रंथाचे व ग्रंथकाराचे नाव फक्त परंपरेने सर्वांना माहिती होते. पण मूळ ग्रंथ मात्र उपलब्ध नव्हता. इंग्लंडमधील ऑक्सफर्ड विद्यापीठातील बोदलेन वाचनालयामध्ये डॉ. नेने यांना त्याची प्रत मिळाली.
- भारतीय प्राचीन साहित्यामध्ये वनस्पतिशास्त्रांच्या विचारांची सुरुवात ऋग्वेदापासूनच झालेली दिसते. त्याच विचारांचे परिपक्व रूप आपल्याला वृक्षायुर्वेद या ग्रंथामध्ये पाहावयास मिळते. सध्याच्या वनस्पतिशास्त्राच्या कृषिशास्त्र, कृषी अर्थशास्त्र, मानव्यशास्त्र (Anthropology), वानिकीशास्त्र, कवकशास्त्र, वनस्पती रसायनशास्त्र, रोग व विकृतीशास्त्र यांसारख्या अनेक शाखा आहेत. त्या सर्वांचे मूल सिद्धान्त या पुस्तकात पाहावयास मिळतात.
- कृषिशास्त्र या शाखेमध्ये शेतीसाठी आवश्यक जमीन, पाणी व बियाणे यांचा, तसेच पीक संरक्षणाचा विचार सुरपालरचित वृक्षायुर्वेदामध्ये आहे.
- जमिनीचे प्रकार कसे व कोणते, जमिनीखालील विहीर कुठे खोदावी, बियाणे पेरणीसाठी कसे तयार करावे. त्यांची पेरणी कशी करावी इत्यादी सर्व गोष्टींबाबत विस्ताराने मांडले आहे. तसेच कोणता वृक्ष कोणत्या जमिनीवर असताना तिथे पीक घेता येते, याविषयी तपशील दिले आहेत.
- सुरपालांसारख्या प्राचीन ऋषींनी निसर्गाला स्वत:च्या जीवनाचे एक अविभाज्य अंग मानले होते. त्यामुळे निसर्गातील वनस्पती झाडाझुडपांचे संरक्षण, जोपासना व त्यांची काळजी याविषयी भाष्य येते.
- पीक संरक्षणामध्ये वर्णिलेली अनेक लक्षणे बुरशी, रोग निर्माण करणारे सूक्ष्मजंतू, विषाणू व कृमी यांच्याशी संबंधित असल्याचे कळते.

झाडांच्या व्याधींचा विचार व त्यांवरील उपचार यांचा सूक्ष्म विचार केला आहे.

- अतिउष्ण, कोरडा दुष्काळ, अत्यंत जलमय जमीन, पक्ष्यांकडून होणारा त्रास, वेलींची अफाट वाढ, नको असलेले तृण या सर्वांचा सुरपालांनी सर्वांगीण विचार केला आहे.
- अंकुरणासाठी पेरणीपूर्वी बियांवर करण्याच्या विविध प्रक्रिया सांगितल्या आहेत. ठरावीक जिनसा जाळून झाडांना व बियांना धूर देणे उपयुक्त असते. अनेक वेगवेगळ्या औषधांनी माती भिजवण्याची रीत त्याने सुचवली आहे. रोपे एका जागेवरून दुसरीकडे लावताना त्यांच्या मुळांवर प्रक्रिया करण्याविषयी सूचना आहेत.
- उद्याने या विषयामध्ये सुरपाल विविध वेलींचे मंडप, तळे बांधणे, त्यात कमळे लावणे याविषयी तपशील देतो.
- वृक्ष वर्गीकरण शास्त्राप्रमाणे सुरपालांनी वनस्पती, द्रुम, लता व गुल्म असे झाडांचे चार प्रकार सांगितले आहेत. फुलांशिवाय ज्याला फळे येतात. तो प्रकार म्हणजे 'वनस्पती'. फुले येऊन ज्यांना फळे येतात, त्यांना 'द्रुम' म्हणतात. तंतूच्या आश्रयाने ज्या पसरतात, त्यांना 'लता' (वेली) म्हणतात, तर उंचीला कमी, पण ज्यांना फांद्या असतात, अशा झाडांना 'गुल्म' (झुडूप) म्हणतात. त्याचप्रमाणे या ग्रंथामध्ये झाडांच्या १७० जातींचा उल्लेख आढळतो.
- **बी, कांड (खोडांचा तुकडा) यापासून उगवणारी झाडे :** जांभूळ, चाफा, (सोनचाफा), पुन्नाग (नागकेशर), चिंच, कवठ, बोर, बेल, राजहुलगा, फणस, पडवळ, डाळिंब, द्राक्षे, कण्हेर, वड, उंबर, कुंदा, वेलदोडे, कमळ
- **कंदापासून उगवणारी झाडे :** केशर, अद्रक (आले), लसूण, अळू व इतर
- **देठापासून उगवणारी झाडे :** तगर, सिंधूवार (निर्गुंडी), तांबुली (नागवेल, विड्याचे पान)
- **बियांपासून व देठांपासून उगवणारी झाडे :** पाटल (पाढल), पाडिमि (डाळिंब), प्लक्ष (पिंपरी), करविर (कण्हेर), वट (वड), मल्लिका (मोगरा), उदुंबर (औदुंबर), कुंद (कुंद)
- **गड्ड्यांपासून उगवणारी झाडे :** कुंकुम (केशर), आर्द्र (आले), रसोन (लसूण), आलुकंद (याम)
- **बिया व गड्डे यांपासून उगवणारी झाडे :** ईला (वेलची), पद्म (कमळ), उत्पल (कमळ)

> दहा पुत्रांसम असतो एक वृक्ष. दहा मुलांना जन्म देण्यापेक्षा पाच झाडे लावणे अधिक श्रेयस्कर. कारण वृक्ष हे परोपकारी असल्याने झाडे लावणाऱ्यांना ते झाडे, फुले, पाने, फळे अर्पण करतात. १० विहिरी एका तळ्यासमान. १० तळी एका तलावासमान व १० तलाव एका पुत्रासमान आहेत. आणि १० पुत्र हे एका वृक्षासमान आहेत *'दशपुत्रसमोद्रुमः'* असे सुरपाल झाडाचे शाश्वत महत्त्व सांगतात.

बियांवर करावयाची प्रक्रिया

आधुनिक विज्ञानाच्या पद्धतीने केलेल्या चाचणीमध्ये पंचगव्याची प्रक्रिया केलेल्या बियाण्यांची अंकुरण क्षमता वाढल्याचे दिसून आले आहे.

- सुरपालांनी वृक्षारोपणासाठी बियांवर काय प्रक्रिया करावी, याचे शास्त्रशुद्ध विवेचन केले आहे. तसेच बियांना अंकुर फुटण्यासाठी वापरावयाचे साहित्य, लहान रोपांची वाढ व जतन हे सर्व विषय त्याने हाताळले आहेत.
- ठरावीक ऋतूंत नैसर्गिकरीत्या पिकलेल्या फळांतून बिया काढता येतात. त्या बियांवर दुधाचा शिडकावा देऊन, त्या पाच दिवस वाळवाव्यात. नंतर तूप व विडंग (वावडिंग) यांच्या मिश्रणाचा धूर द्यावा. नंतर दुधाचा

बी पेरणीस अनुकूल तिथी, नक्षत्रे व दिवस

सुरपालांनी बी पेरणीसाठी शुक्ल प्रतिपदा, पौर्णिमा, शुक्ल, पंचमी अथवा त्रयोदशी या तिथी पेरणीस योग्य आहेत; सोमवार, बुधवार, गुरुवार व शुक्रवार हे दिवस चांगले; तर विशाखा, मृग, चित्रा, उत्तरा, उत्तराषाढा, उत्तरा भाद्रपदा, अनुराधा, ज्येष्ठा आणि कृत्तिका ही चांगली नक्षत्रे आहेत, असे सांगितले आहे.

शिडकावा तूप व तीळ व रिंगणी (बृहती)च्या राखेचे मिश्रण चोपडावे. गायीच्या शेणाने चोळून चरबीचा धूर द्यावा. बिया नक्की अंकुरतात.

- दुधाचा शिडकावा करून गायीच्या शेणाने चोळून त्या बिया वाळवाव्यात. नंतर मधाने आणि वावडिंगाने त्या बिया माखाव्यात, म्हणजे त्या नक्की अंकुरतात.
- दुधात भिजवून नंतर सावलीत नीट वाळवलेल्या बृहती, तीळ, नल (कमळाचा पोकळ देठ) यांचे चूर्ण तुपात मिसळून त्यात माखलेल्या बिया पेरण्यास उत्तम होत.
- माकंद (कासाक), जम्बू (जांभूळ), पनस (फणस) यांच्या बिया ओल्या असताना वरीलप्रमाणे प्रक्रिया करावी. क्षिरीका खिरणी, बकुल यांच्या वाळवलेल्या बियांवर वरीलप्रमाणे प्रक्रिया करावी.
- बियांना पानाच्या पात्रात भरपूर प्रमाणात गूळ बांधावा. त्यावर गुळाच्या पाण्याचा शिडकावा द्यावा व ते जमिनीवर पसरावे. नंतर सतत तीन दिवस अग्नीने गरम करावे. त्यानंतर या बिया बाहेर काढून पेराव्यात.
- शुचिर्भूत होऊन देवपूजेनंतर शेतात स्वतः काही बिया पेराव्यात. त्यानंतर ते काम नोकर-चाकरांवर सोपवावे. पेरणीनंतर बिया गवताने झाकून, त्यावर दूधमिश्रित पाण्याचा शिडकावा करावा. त्यांना अंकुर फुटल्यानंतर पाणी शिंपडावे. गवत काढून टाकून माती वाळू द्यावी. हे रोपवाटिकेसाठी असावे.

सुरपालांचे जमीनविषयक विचार

जमिनीचे नैसर्गिक प्रकार (१) जंगल (शुष्क), (२) अनुप (दलदलीची), (३) साधारण.

- जंगल भूमी (डोंगराळ अथवा खडकाळ) व अनुप भूमी (दलदलीची) या दोन्ही ठिकाणी झाडे चांगली वाढत नाहीत. रूक्ष जमीन थोड्या काळापुरती ओलसर असते, त्यामुळे वनस्पतीची वाढ मर्यादित व काही काळापुरती असते. ओल्या अथवा दलदलीच्या जमिनीत भरपूर पाणी असते. पण माती-हवा-पाणी यांचे संबंध निकृष्ट असतात.
- साधारण (मध्यम) जमिनी उत्तम असतात. अशा जमिनीत सर्व प्रकारची झाडे वाढतात.
- वरील तीन प्रकारच्या जमिनींचे, त्यांचा रंग, त्यांच्यातील खनिज पदार्थांचे प्रमाण, तेथील वनस्पती व पशुजीवन यांवरून आणखी सहा पोटप्रकार पडतात. आधुनिक शास्त्रामध्येही माती परीक्षण करताना अशीच वर्गवारी केली जाते.
- ज्या जमिनीत विषारी दगड (खनिजे) आहेत, वारुळे आहेत, अन्य प्राण्यांची बिळे आहेत किंवा जी जमीन क्षारयुक्त (उसर) आहे, तसेच ज्या ठिकाणचे पाणी वाईट (दूषित) आहे, अशी जमीन झाडे लावण्यास अयोग्य असते.
- जी जमीन सपाट असून, त्या जमिनीत पाणी अगदी जवळ आहे, आणि नेहमी हिरव्या गवताने आच्छादित असते, अशा जमिनीत झाडांची लागवड केल्यास त्या ठिकाणी त्यांचे महान वृक्ष बनतात.

❑

सुरपालांचे मशागत-लागवडीविषयीचे प्राचीन ज्ञान

वृक्षायुर्वेदामध्ये झाडांच्या मशागतीपासून लागवडीपर्यंत प्रत्येक टप्प्यांविषयीचे प्राचीन ज्ञान सुरपालांनी सूत्रबद्ध केले आहे. कोणते झाड कसे, केव्हा लावावे, या विषयींचे आराखडे त्या काळी असावेत. प्रत्येक बाबीमागे प्राचीन ऋषीमुनींनी केलेला अभ्यास आणि चिंतन आहे.

- मशागत व लागवडीसंदर्भात उदाहरणार्थ, बियांची पेरणी, त्यासाठी लागणारे सामान, रोपांची पुनर्लागवड, दोन झाडांमधील अंतर, लागवडीचे आराखडे, झाडे लावण्यासाठी जमिनीत तयार करावयाचे खड्डे, बिया व खते यांची प्रक्रिया, झाडांना पाणी देण्याची पद्धत, गड्डे पेरणीची पद्धत, पेरणीची वेळ इत्यादींविषयी सुरपाल शास्त्रीय विवेचन करतात.
- रोपे सपाट जमिनीत लावावीत. या जमिनीवर पूर्वी तीळ किंवा उडीद यांची लागवड झालेली नसावी. दोन रोपांमधील अंतर १४, १६, २० हात असावे. या अंतराप्रमाणे अनुक्रमे निकृष्ट, सामान्य अथवा उत्तम प्रतीची झाडे उगवतात. दोन झुडपांतील अंतर चार ते पाच हात (मनगटापासून कोपरापर्यंत) असावे.
- पूर्वीचे खड्डे तयार करून ठेवावेत. खड्ड्यांची लांबी, रुंदी, खोली सर्व समप्रमाणात एक हात असावी. नीट वाळलेल्या खड्ड्यांमध्ये हाडांचा चुरा व गायीचे शेण भरून जाळून घ्यावे. ही राख नैसर्गिकपणे थंड झाल्यावर काढावी. कुणप पाणी (द्रव खत) शिंपडून हे खड्डे चांगल्या मातीने भरावेत.
- माकंद, दाडिम, कुष्मांड आणि अलंबुक ही बिया पेरूनही येतात. पण त्यांची रोपे लावणे अधिक चांगले असते.
- मोठ्या बिया एकेक करून पेराव्यात. छोट्या बिया या अधिक संख्येने पेराव्यात. नारंगाच्या बिया हाताने कलत्या अवस्थेत पेराव्यात. बिया मातीत मिसळाव्यात व नंतर गायीचे शेणमिश्रित (गोमूत्रमिश्रित) पाणी त्यावर हळूहळू शिंपडावे.
- नैसर्गिकपणे पिकलेल्या केळ्यांचा लगदा लावून उन्हात वाळवलेल्या षष्टिकाच्या देठांचे दोर (षष्टिक = ६० दिवसांत तयार होणाऱ्या तांदळाची जात) खड्ड्यात पेरावा आणि त्यावर मऊ वालुकामय माती मिसळलेले पाणी शिंपडावे.
- फार कोवळा किंवा फार जून नसलेला देठ १८ अंगुले लांबीचा असावा. पैकी अर्ध्या भागास गायीचे भरपूर शेण फासावे. नंतर त्याचा तीन-चतुर्थांश भाग खड्ड्यात पेरावा आणि त्यावर मऊ वालुकामय माती मिसळलेले पाणी शिंपडावे.
- शतपत्रिकाच्या देठांचा खालचा भाग

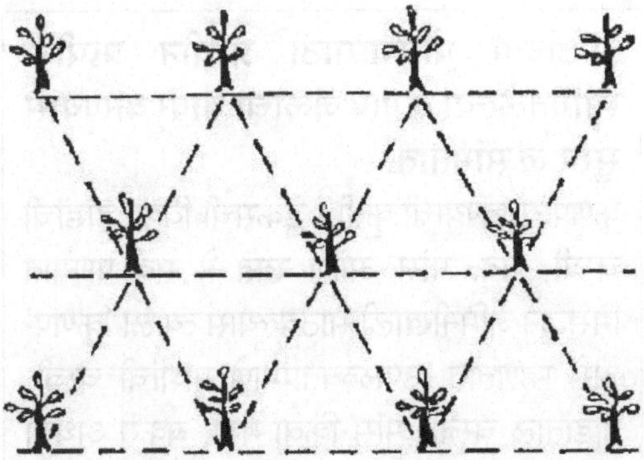

दोन झाडांतील अंतर महत्त्वाचे असून त्यावर झाडांची वाढ अवलंबून असल्याचे प्राचीन काळी ज्ञात होते.

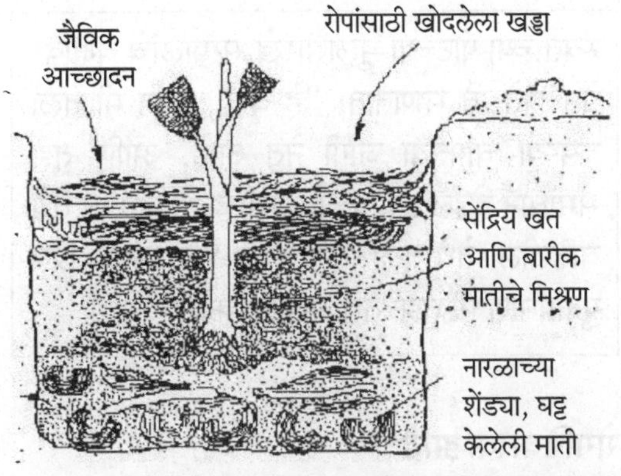

झाडे लावण्यासाठी खड्डे कसे भरावेत, या विषयाही सविस्तर माहिती उपलब्ध आहे.

अर्धपक्व असावा. नंतर कार्तिक महिन्यात (पावसाळ्यानंतरच्या ऋतूत) छोट्या वाफ्यांमधून पेरणी करावी. दोन महिने पाण्यात भिजत ठेवावे. त्यांना पाने फुटून ते पानांनी भरले की मग तेथून उपटून आषाढ महिन्यात (पावसाच्या सुरुवातीला) आपल्याला हव्या त्या दुसऱ्या जागेत नेऊन लावावीत.

- दाडिम आणि करवीर यांच्या फांद्या वाकवाव्यात. मुळापाशी गायीचे भरपूर शेण लावून पेराव्यात. दोन महिने नियमितपणे त्यांना पाणी द्यावे. पाने वाढू लागली की त्यांना मध्यावर कापावे. एक हात लांबी, उंची, खोली असलेल्या खड्ड्यात जाड वाळूमिश्रित चिखल भरावा व त्यात गड्डे लावावेत.
- कदलीच्या मुळांना भरपूर गोमय (गायीचे शेण) लावून मग पेरावेत. खड्ड्यात मुळासकट पेरावेत आणि व्यवस्थित पाणी घालावे.
- छोट्या झाडांची रोपे एका जागेवरून दुसऱ्या जागेवर लावण्याचे काम दिवसाउजेडी करावे. ही रोपे एक हात उंच झाल्यावर योग्य दिशांना नव्या जागी लावावीत.

ऋतू आणि महिने यांनुसार लावण्याचे वृक्ष

सुरपालांनी झाडे कधी, कोणत्या ऋतूत लावावीत, आरोग्याच्या दृष्टीने कोणती झाडे महत्त्वपूर्ण, याबरोबरच झाडांची दिशा, त्यांचे संगोपन यांचे शास्त्र सांगितले आहे.

- श्रावण महिन्यात पावसाळ्याच्या दरम्यान क्षीरिका, तूत, दाडिमी, बकुल वगैरे झाडे लावावीत.
- राजकोश, आम्र, लकुच ही झाडे भाद्रपदात (पावसाळा संपत आला असताना) लावावीत.
- गोल्ल, वातीक वगैरे झाडे आश्विन महिन्यात लावावीत. फणिन्झक, शतपत्रिका, धान्याक, मूलकर ही झाडे कार्तिक महिन्यात लावावीत.
- पटोल वगैरे झाडे फाल्गुन महिन्यात (वसंत ऋतूच्या सुरुवातीस) आणि काकरक वगैरे झाडे चैत्र (वसंत ऋतू) महिन्यात लावावीत.
- कढली वगैरे झाडे वैशाखात (उन्हाळ्याच्या सुरुवातीस) आणि शुक्रवारी लावावीत. इच्छेप्रम णे कोणतेही झाड आषाढ महिन्यात लावावे.
- मार्गशीर्ष, पौष आणि माघ (हिवाळा म्हणजे थंड ऋतू) हे महिने झाडे लावण्यासाठी अयोग्य आहेत.

स्वतःच्या पोटच्या मुलासारखे सुरपालांचे वृक्षांवर प्रेम होते. ते म्हणतात, "हे वृक्षा, इथून मी तुला दुसऱ्या चांगल्या जागी नेत आहे. आणि तुझे समाधान होईल त्या प्रकारे पाणी देत जाईन. तू तेथे वाढशील. तेथे तुला विजांपासून भय नसेल. प्रिय पुत्राप्रमाणे मी तुझा तेथे सांभाळ करेन."

रोगनिवारक झाडे

- बिब्ब्याची झाडे इतर झाडांभोवती लावल्यास झाडाच्या आरोग्यासाठी फलदायी होते.
- फलिनि, अशोक, पुन्नाग (उंड्री), शिरीष (शिरस), चिंचोला, निंब ही झाडे शुभ असल्याने सर्वप्रथम लावावीत. त्यांच्यामुळे रोगराई नष्ट होते व संकट निवारण होते.
- करमर्दक, वेळू ही पूर्वेला, पारावरत ही झाडे दक्षिणेला, तर बोर, कवठ, धागी ही झाडे उत्तरेला लावणे शुभ असते.
- तंतुमय मुळे असलेली, चांगली, मध्यम व कनिष्ठ प्रतीची, अशी झाडे त्याच तऱ्हेच्या दुसऱ्या झाडांसह समान अंतरावर लावावीत.
- झाडे लावण्याच्या रचना : मंडक, नंद्यावर्त (चौकोनी व पश्चिमेकडे उघडी), स्वस्तिक (धार्मिक कार्याच्या वेळी काढतो ती शुभ आकृती) चतुरस्र (चौकोनी), सवर्तोभद्र (चौकोनी कुंपण असणारा गोलाकार), वीथी (रेषेत), निकुंज (लतामंडप) व पुंजक (समुदायाने, घोळक्याने).
- फुले देणारी व फळे देणारी झाडे मधोमध असावीत बाकीची झाडे त्यांच्या भोवती असावीत. ही झाडे जोडीने लावातीत. त्यांच्या भोवती खंदक असावा.
- सुरपालांच्या मतानुसार, धर्म अर्थ आणि काम हे तीन पुरुषार्थ झाडे प्राप्त करून देतात. म्हणून मनुष्याने धुके, वादळ, धूर आग आणि कोळी यांच्यापासून झाडांचे रक्षण करावे.

झाडांच्या पोषणासाठी प्राचीन ऋषींनी सांगितलेल्या कुणप जलाचा वापर करण्यास सुरपाल सांगतात.

कुणप बनवण्याची कृती : डुकराची विष्ठा, हाडांची चरबी, मेंदू, मांस आणि रक्त हे सर्व पाण्यात मिसळून जमिनीखाली साठवल्यास त्याला 'कुणप' असे म्हणतात. उपलब्धतेप्रमाणे माशांची चरबी, हाडांतील चरबी, मांस किंवा मेंढी, बकरी अथवा इतर शिंग असलेल्या प्राण्यांची हाडांची चरबी व त्यांचे मांस गोळा करून साठवून ठेवावे. हे सर्व पाण्यात मिसळून उकळून घ्यावे. त्यात धान्याची टरफले मिसळून नंतर हे मिश्रण तेल लावलेल्या मडक्यात ठेवावे.

लोखंडी भांड्यात (कढईत) भाजून घेतलेली तिळाची पेंड व त्यात मध मिसळावे. चांगल्या प्रतीची उडदाची डाळ भिजवून मिसळावी. नंतर त्यावर थोडे तूप ओतावे. वरील वस्तू योग्य प्रमाणात घ्याव्यात. सर्व जिनसा एकामागून एक भांड्यात घालाव्यात. भांडे उष्ण जागी ठेवावे.

हे कुणप झाडासाठी अत्यंत पौष्टिक आहार आहे.

❑

झाडांच्या पोषणासाठी विविध पद्धती

विविध झाडांच्या पोषणासाठी अनेक पद्धतींचा अवलंब प्राचीन काळापासून केला जात होता. अर्थात, त्या काळी उपलब्ध असलेल्या वनोपजांचा, प्राणिज घटकांचा वापर त्यात आढळतो. यातील अनेक घटकांमध्ये बुरशीनाशक, विषाणूरोधक, किडीसाठी प्रतिकारक असे गुणधर्म आढळून येतात.

लहान रोपांपासून मोठ्या झाडांपर्यंत विविध अवस्थांमध्ये पोषणासाठी योग्य ती मूलद्रव्ये उपलब्ध होणे आवश्यक असते. त्यासाठी सुरपाल त्या वेळी उपलब्ध असलेल्या अनेक सेंद्रिय घटकांचा वापर करण्याविषयी सुचवतात :

- छोटी रोपे चांगली वाढण्यासाठी मासे, मांस व तीळ यांचे खिचडीसारखे थंड मिश्रण दर सातव्या दिवशी घालावे.
- जोपर्यंत त्यांच्या पालवीचा रंग पोवळ्याच्या रंगाप्रमाणे दिसत नाही, तोपर्यंत नव्याने लावलेल्या रोपांना सूर्यापासून संरक्षण द्यावे.
- कोरड्या जमिनीत नव्याने लावलेल्या झाडांना १५ दिवस रोज सकाळ-सायंकाळ पाणी द्यावे. जमीन पूर्णपणे भिजेपर्यंत असे करावे.
- मात्र, दलदलीची जमीन असल्यास पाच दिवसांतून एकदाच पाणी द्यावे.
- सामान्य जमिनीमध्ये रोपांना १० दिवस रोज सकाळ-सायंकाळ मर्यादित प्रमाणात पाणी घालावे.
- व्यवस्थित मूळ धरलेल्या रोपांना थंडीच्या दिवसात एक दिवसाआड पाणी द्यावे. वसंत ऋतूत रोज सायंकाळी पाणी घालावे आणि उन्हाळ्यात रोज तीन वेळा पाणी घालावे.
- पावसाळ्यात, शरद ऋतूत अथवा जमीन कोरडी वाटेल तेव्हा औषधी झाडांना अर्क, मूत्र, हाडांतील चरबी व दूध यांचे मिश्रण घालावे.
- झाडांना भरपूर प्रमाणात फुले व फळे येण्यासाठी कुणप जल, विष्ठा, मांस या गोष्टी, आंबवलेल्या बियांनी प्रक्रिया केलेल्या पाण्यात मिसळून ते पाणी झाडांना घालावे.
- झाडांच्या मुळाजवळ उगवलेले गवत व रानटी झाडे फावड्याने उपटून टाकावीत.
- अशुद्धपणाचा जरा जरी संशय आला तरी पांढरी मोहरी, अर्जुन झाडाची फुले, सशाचे मांस हे सर्व जंतुनाशक विडंग आणि हळदपूड यात मिसळून त्याचा धूर द्यावा. या प्रक्रियेमुळे झाडे समाधानकारक फुले व फळे देतात.
- केळीची पाने, पांढरी मोहरी आणि विशिष्ट प्रकारचे लहान चमकदार मासे यांचा धूर दिल्यास थोड्याच काळात झाडे फुलाफळांनी बहरून येतात.
- काळविटाची व डुकराची चरबी, मध, तूप, व

निचुलाची कोवळी पाने मिश्रित पाणी घातल्यास झाडांना लवकर आणि खूप फुले-फळे येतात.

- तूप, विडंग, दूध, पाणी, मध यांच्या मिश्रणाचा धूर मोठ्या प्रमाणात दिल्यास झाडांना अल्प काळात भरपूर फुले व फळे येतात. (या श्लोकांमधील काही भाग दुर्बोध आहे.)
- अजगर आणि धामण यांची चरबी मिसळून पाणी घातल्यास वेलींना भरपूर फुले व फळे येतात.
- टोकदार हत्याराने भोक पाडल्यास (शब्दशः विंचवाच्या नांगीचा दंश झाल्यास), शफरी या छोट्या माशांच्या चरबीचा धूर दिल्यास आणि डुक्कर व उंदीर यांच्या चरबीचा शिडकावा दिल्यास वेलींना खूप फुले-फळे येतात.
- द्राक्षाच्या वेलीच्या मुळांना कोंबड्याच्या विष्ठेची पूड आणि माशांचे चरबीयुक्त पाणी शिंपडल्यास या वेली फुला-फळांनी वाकतील.
- अंकोल झाडाची पिकलेली फळे, तूप, मध आणि रानडुकराच्या हाडांतील चरबी पाण्यात मिसळून ते पाणी घातल्यास आंब्याच्या झाडाचे उत्तम पोषण होते. त्यामुळे अधिक रसाळ व मोठी फळे मिळतात.
- नारळाच्या प्रकारची झाडांना (ताड, सुपारी, कतक आणि खजूर) शफरी मासे आणि तीळ यांचे खत घातल्यास भरपूर फळे येतात.
- नासवलेली दारू, तीळ, उडीद आणि दारू यांचा अर्क घेऊन त्यात मध, मीठ आणि जंतुनाशक विडंग मिसळून रात्रीच्या वेळी नारळाच्या झाडांना फासल्यास भरपूर फळे लागतील.
- तीळ, मध, जव यांचा धूर १२ दिवस दिल्यास व शिवाय दूधमिश्रित पाणी घातल्यास भरपूर चांगली फळे येतात.
- झाडांना रोज भरपूर पाणी दिल्यास व दारू शिंपडल्यास मोठ्या आकाराची व अमृताच्या चवीची फळे येतात.
- बिल्व आणि कपित्थ या झाडांना गूळ, तूप, दूध आणि मध यांचे मिश्रण शिंपडल्यास त्यांना भरपूर रसाळ फळे येतात.
- केळीच्या झाडांच्या मुळापाशी नव्या शाखा फुटतात, तेथे सडक्या कडब्याची राख आणि गायीचे शेण (गोमय) भरपूर घालावे. तसेच मांसाचे पाणी द्यावे. झाडांना मोठी फळे येतात.
- तिंदूक झाडांना तांदूळ व उडीद यांचे पाणी घातल्याने त्यांचे पोषण चांगले होते. पारावत झाडांना कडुलिंबाच्या पानांचा अर्क दिल्यास चांगले पोषण होऊन फळांनी ही झाडे वाकतात.
- कोल्ह्याच्या मांसाचे बारीक तुकडे मिसळून बनवलेले पाणी घातल्यास बीजपूरक या झाडास फळे येतात.
- मांस, गूळ व दूधमिश्रित पाणी दिल्यास संत्र्याच्या झाडास चांगल्या प्रतीची फळे येतात. विडंग, उडीद, तीळ, मोहरी, बिल्व खूपशा पाण्यात मिसळून त्यात हळद व सशाचे मांस मिसळलेले पाणी घालावे. या पाण्यासोबत सशाच्या मांसाचा धूर द्यावा. म्हणजे संत्र्याचे झाड फळांनी वाकेल.
- मांसाचे मोठे तुकडे कलय डाळीत मिसळून, त्यात अंकोला झाडाच्या सालीची पूड घालून धूर दिल्यास, आणि जालिनीच्या तंतुमय मुळांनी व पानांनी प्रक्रिया केल्यास मधुक झाडास कापराच्या सुगंधाची फुले येतात.
- दही, डुकराची चरबी आणि तीळ देशी दारूत मिसळून घातल्यास सौवीर झाडाचे उत्तम पोषण होते. क्षीरिंडिका (क्षीरिका) झाडाचे उत्तम पोषण 'कुणप' पाण्याने होते.
- जंतू, खस आणि मुस्ता यांच्या कोवळ्या पानांचा काढा व दारू यांच्या मिश्रणाचे पाणी दिल्यास सर्व प्रकारच्या फुलझाडांना भरपूर फुले येतात.
- वेलदोड्यासारख्या सुवासिक वस्तू आणि मांसाचा अर्क यांचे पाणी दिल्यास केतकीस फुले बहरून येतात. विष्ठामिश्रित पाणी दिल्यास केतकी बहरते.

- कडब्याच्या हलत्या ज्वाळांनी थोडीशी उष्णता दिल्यास 'मल्लिका' झाडास खूप फुले येतात.
- दूधमिश्रित पाणी भरपूर दिल्यास 'पाटल' झाडाला इतकी फुले येतात की भ्रमर तेथेच आश्रय येतात.
- माशांचे मांस मिसळलेले पाणी दिल्यास कापसाचे झाड बहरते.
- मासे व इतर कशाचेही मांसमिश्रित पाणी दिल्यास सप्तच्छद व शेफालिका या झाडांना चांगला बहर येतो.
- उन्हाळ्यात डुकरांच्या हाडांचा धूर दिल्यास बिर्भटी, अलंबू, दूधभोपळा, कर्कारू, त्रपुस या प्रकारच्या भाज्या भरपूर पीक देतात.
- शिळ्या भाताचे पाणी (कांजी) दिल्यास अलंबुक झाडास अल्प काळात खूप फळे येतात.
- फाल्गुन महिन्यात वसंत ऋतूमध्ये (बहुधा फेब्रुवारी, मार्च) कडब्याच्या ज्वाळांनी थोडा ताण दिला आणि चैत्र महिन्यात पेंडमिश्रित पाणी भरपूर शिंपडले तर पटोल (टोकदार भोपळा) झाडास खूप भोपळे येतात.
- एका फडक्यात गरम राख घालून त्याने झाडावर राखेचे कण शिंपडून उष्णता द्यावी. म्हणजे कडक थंडीत धुके बाधणार नाही.
- दही घालून कालवलेला भात शेतात सर्वत्र शिंपडला तर गारांच्या पावसापासून रक्षण होईल.

❑

पीक संरक्षणासाठी सुरपालांकडून उपलब्ध साहित्याचा वापर

इ.स. दहाव्या शतकात सुरपाल नामक तज्ज्ञ अभ्यासकाने प्राणी, कीटक यांच्या विविध व्याधींवर वृक्षायुर्वेदाच्या साहाय्याने उपचार सुचवले. या माहितीला आधुनिक विज्ञानाची जोड दिल्यास शेतकऱ्यांना पशुप्राण्यांवरील विविध आजारांवर वनस्पतींच्या साहाय्याने मात करणे सोपे जाईल.

सुरपालांचा काळ हा इ.स. सुमारे दहाव्या शतकातील आहे, हे लक्षात ठेवले पाहिजे. त्यातील अनेक उपाय आपल्याला आजच्या शेतीमध्ये जसेच्या तसे वापरता येणे शक्य नाहीत. मात्र एशियन ॲग्रो फाउंडेशनचे डॉ. वाय. एल. नेने व त्यांच्या संस्थेतील कृषितज्ज्ञांनी या वनस्पतींमध्ये नेमके कोणते रासायनिक घटक आहेत, याचा शोध घेण्याचा प्रयत्न केला आहे.

त्याकाळी मनुष्य शिकार आणि शेती या दोहोंचा अवलंब करीत होता; तसेच जंगलावरील किंवा वनांवरील त्यांचे अवलंबित्व मोठे होते. त्यावेळी सहज उपलब्ध असलेले अनेक घटक आज मिळणे शक्य नाहीत किंवा कायद्याने त्यांचा वापर करता येणार नाही. तेव्हा, तारतम्याने या बाबींकडे पाहावे. ज्या घटकांची उपलब्धता नाही किंवा अर्थ लागत नाही किंवा आज ज्याचा वापर शक्य नाही, अशा बाबी टाळून पुढील तक्ता देत आहोत.

वेगवेगळ्या व्याधींवर वृक्षायुर्वेदात सुचवलेल्या उपचारासाठी लागणाऱ्या साहित्याचे संकलन करून या तक्त्यात दिले आहे. आधुनिक ज्ञानाच्या आधारे या उपचार साहित्यात रासायनिक घटक काय असावेत, याची माहिती दिली आहे.

सुचवलेले साहित्य/पदार्थ	श्लोक क्रमांक	घटकांच्या गुणधर्माचा अहवाल	अधिक माहिती
तूप	१८६, १९२, १९६, १९८ २००-२०१, २०३, २१०	सडल्यानंतर चरबीयुक्त आम्ल	पूर्वी प्रत्येक शेतकऱ्याकडे बहुधा त्याच्या गरजेपेक्षा अधिक तूप असे.
पंचमूळ (पाच प्रकारच्या वनस्पतींची मुळे)			

सुचवलेले साहित्य/पदार्थ	श्लोक क्रमांक	घटकांच्या गुणधर्माचा अहवाल	अधिक माहिती
१. ऐरण (Clerodendrum Phlomoides)	१८७	गोगलगायीनाशक, बुरशीविरोधक, विषाणूविरोधक, कीटकांसाठी खाद्य विरोधक, सूक्ष्म कृमिनाशक	मुळांपासून गोगलगायीनाशक व बुरशीविरोधक ट्रायटरपेनॉईड सॅंपोनिन, पानांच्या अर्कात विषाणूविरोधक क्रिया. पानातील निओक्लेरोडेन डायपरपेनमुळे कीटकांची वाढ खुंटते. कीटकांचे खाद्यविरोधक. पानांच्या अर्कात सूक्ष्म कृमिविरोधक गुणधर्म.
२. बेल (Aegle Marmelos)	-	बुरशीविरोधक (Sclerotinia Sclerotiorm), कीटकांसाठी खाद्यविरोधक, सूक्ष्म कृमिनाशक (Meloidogypne Spp)	बियांमध्ये सूक्ष्म जंतूविरोधक व सूक्ष्म कृमीविरोधक गुणधर्म, पानांची पूड गोगलगायींविरुद्ध उपयोगी, सडकी पाने बुरशीविरोधक पानांचा अर्क तुडतुड्यांच्या खाद्यात व्यत्यय आणून भाताच्या टुंग्रो रोगास रोखतो.
३. पाढत (Stereopermum Suaveolens)	-	बुरशीनाशक, सूक्ष्म जंतूविरोधक	सालीमध्ये बुरशीनाशक आणि सूक्ष्म जंतूविरोधक गुणधर्म असतात.
४. सालवण, रानभाल (Gmelina Arborea)	-	माहिती उपलब्ध नाही	साल व मुळांमध्ये अल्कलाईड्स, राळयुक्त पदार्थांची उपस्थिती
५. टेंटू (Oroxylum Indicum)	-	रोगप्रतिबंधक गुणधर्म	सालींमध्ये अल्कलॉईड्स व टॅनिक ॲसिड, टेट्यून नावाचे ग्लुकोसाइड
पांढरी मोहरी (Sinapis alba - Brassica alba)	५२, ५३, १८८, १९४, १९५, १९६, १९८	कीटक, सूक्ष्म जंतूनाशक, सूक्ष्म कृमिनाशक, बुरशीनाशक	कीटकनाशक गुणधर्म असलेले, मोहरीच्या मुळांच्या किड्यांचे नैसर्गिक शत्रू तिळाच्या खाद्याने आकर्षित होतात. लसणाच्या पुडीत मिसळल्याने, सूक्ष्म कृमिनाशक, बुरशीनाशक असतात.

सुचवलेले साहित्य/पदार्थ	श्लोक क्रमांक	घटकांच्या गुणधर्माचा अहवाल	अधिक माहिती
तीळ	५५, ५३, १८८, १९६, १९८, २०६, २०७, २१५, २१६, २१७	भात/साळीकरिता विषवत, जंतुप्रति सारक, कीटकनाशक	तिळाच्या अर्काचा वापर करून त्याच्या विषवत गुणधर्माचा अभ्यास केला गेला. साठवलेल्या तांदळातील कीटकांना पिटाळून लावण्याचा गुणधर्म, कीटकनाशक औषध याचे तेल वापरतात. याच्या झाडाचा श्लेष्मक रस केसांतील उवा मारण्यास वापरला जातो. तेल बराच काळ ठेवल्यावरही ॲन्टीऑक्सीडंटमुळे वास येत नाही.
राख	१८८, १९७	माहिती उपलब्ध नाही.	कदाचित निर्जंतुक पावडर म्हणून वापरत असावेत. शिवाय त्यातील खनिज पदार्थांसाठी वापरत असावेत.
दूध (गायीचे/म्हशीचे)	५२, ५४, ५५, १९१, १९४, १९८, १९९,२००-२०१, २०३, २०४, २०७, २०८, २०९, २१२, २१३, २१४, २१८	विषाणूविरोधक, उत्तम चिकटणारे व पसरणारे, मृतजीवी जीवाणूंसाठी चांगले.	दुधातील केसीन (पनीर) दुधाला चिकटपणाचा व पसरवण्याचा गुण देतात. मृतजीवी जीवाणू रोगजनकांविरुद्ध प्रतिजीविता वाढवू शकतात.
मध	५४, १९१, १९२, २००-२०१, २०३, २१०, २१३, २१९	सौम्य सूक्ष्म जंतूविरोधक	अधिक माहिती उपलब्ध नाही.

सुचवलेले साहित्य/पदार्थ	श्लोक क्रमांक	घटकांच्या गुणधर्माचा अहवाल	अधिक माहिती
यष्टिमधू Liboribe (ज्येष्टिमधू)	१९१	सूक्ष्म जंतूविरोधक, उत्परिवर्तनविरोधी क्रियांच्या वसाहती होऊ देतात. बुरशीविरोधी आणि जीवाणूविरोधी	सॅपोनिनमुळे बुरशीविरोधी व सूक्ष्म जंतूनाशक क्रिया सॅपोनिन सालीच्या आतल्या भागात असते. जमिनीखालील भागात मुख्यत्वे ग्लासिराइझिन असते.
मधुक (महुआ) (Indian butter tree) मोह/मोहडा	१९१	कीटकनाशक तेल, मासेनाशक व जीवाणूनाशक माहिती उपलब्ध नाही.	तांदळावरील हिरव्या तुडतुड्यांचे अस्तित्व कमी करते व टुंग्रोचे प्रमाण कमी करते. पेंडित सॅपोनीन, मोवरीन असते. पेंडीत कीटकनाशक व मासेनाशक गुणधर्म, फुलांमध्ये जीवाणूनाशक गुणधर्म असतात.
त्रिफळाची फळे, (हिरडा, बेहडा व आवळा) (Terminalia Bhebula, T. bellriba, Phyllanthus Embliba)	१९२	तिन्ही फळे मिळून त्यांच्यात कीटकनाशक गुणधर्म असतात.	बियांभोवतालचा वाळका गर ३० टक्के टॅनिनयुक्त असतो.
कुणप पाणी (द्रव खत)	१०१, १०२, १०३, १०४, १०५, १०६, १९४, १९९, २०५, २१४	पोषक	सुरपालांच्या वेळीच पूर्वीपासून याचा वापर केला जात होता. (प्राचीन उपाय)
गायीचे शेण (गायीचे/म्हशीचे)	५३, ५४, १९४, २१०	शेणात असलेल्या श्लेष्मल घटकाचा खळ (पेस्ट) बनवताना सिमेंटप्रमाणे उपयोग	अधिक माहिती उपलब्ध नाही.

सुचवलेले साहित्य/पदार्थ	श्लोक क्रमांक	घटकांच्या गुणधर्माचा अहवाल	अधिक माहिती
वचा, वेखंड (Zingiber zerumbet)	१९४, १९५	जीवाणूविरोधी	तेलात हिमोग्लोबीन नावाचे मॉनोसाइक्लिक सोसाकिटरपिन कीटोन असते. त्यात जीवाणूनाशक गुणधर्म असतात.
कुष्ठ, कोष्ठ (Costus)	१९४	कीडनाशक (विरोधक, खाद्यविरोधक) रोगप्रतिबंधक	कापसातील लाल किडे आणि साठवलेल्या धान्यातील किडीवर परिणामकारक असते. कोष्ठाचे तेल चिकटवण्यासाठी उत्तम आहे. शाली व इतर लोकरी कपड्यांना किडीपासून संरक्षण देते.
रामठ, हिंग (Asafoetida)	१९४	जीवाणूनाशक गुणधर्म, बुरशीविरोधक, सूक्ष्मजीवनाशक	मातीमुळे तयार होणाऱ्या दोन प्रकारच्या बुरशी (Rhizoctonia Solani and Sclerotinia Sclerotium) मधील माइसिलियल वृद्धी व स्केरोशियमची विरचना यांच्यावर अवरोधन, चिकट द्रव (४० ते ६० टक्के) आणि बाष्पशील तेलाचे अस्तित्व
विडंब (बिडंग) (Embelia Ribes) वावडिंग	५२, ५४, १९५, १९६, १९८, २१२, २१९	सूत्रकृमीविरोधक, जीवाणूनाशक, कीटकनाशक	फळांच्या रसात जीवाणूविरोधक क्रिया चालू असते. आतड्यातील जंत काढून टाकण्यासाठी टांझानिया आणि केनियामधील पसाई लोक Embelia Schimperi च्या ठेचलेल्या बिया खातात. वावडिंगमधील Embelin (Benzoquinone) हे साठवलेल्या धान्यास लागणाऱ्या कीडींसाठी परिणामकारक आहे.

सुचवलेले साहित्य/पदार्थ	श्लोक क्रमांक	घटकांच्या गुणधर्माचा अहवाल	अधिक माहिती
उषण (Black Pepper) काळी मिरी	१९५	जीवाणूविरोधी, बुरशीविरोधी कीटकनाशक	काळ्या मिरीत असलेल्या ओलिओरेसीनमुळे त्यात जीवाणूविरोधी व बुरशीविरोधी गुणधर्म दिसतात. त्यातील टोकोफेरॉलसमुळे आंबण्याची क्रिया मंद होते. आम्ल (Alkaloid, Piperin) त्याला तीव्र झणझणीतपणा देतात आणि पायरेथ्रमसपेक्षा अधिक कीटकनाशक गुण देतात.
मिल्लाट (भल्लातक) (Semecarpus Anacardium) बिब्बा	१९५	कीटकनाशक, रोगप्रतिबंधक, वाळवी दूर ठेवते. कपड्यांवरील पांढरी बुरशी व लागणारी कसर यापासून संरक्षण, सूक्ष्मकृमिविरोधक, सूक्ष्मजंतूविरोधक	फिनॉल्सचा उत्तम साठा, बियांच्या गराचा तेलाचा उपयोग लाकडास कसर लागू नये म्हणून करतात. पानांमध्ये सॅपोनिन्स असते. फळांमध्ये सूत्रकृमिविरोधक गुणधर्म आहेत. फळांवरणाच्या रसात सूक्ष्मजंतू (जीवाणू)विरोधक गुणधर्म असतात.
विटकरीची पूड	१९७	माहिती उपलब्ध नाही	कीटकांना अन्न मिळण्यात अडथळा
पिंपरी (प्लक्ष) (Ficus Lacor) व उंबर (उदुंबर) (Ficus Glomerate)	२००-२१०, २१०	माहिती उपलब्ध नाही.	काही Ficus Spp. मध्ये जीवाणूनाशक क्रिया असते. उंबराच्या सालीत टॅनिन १४ टक्के असते. पिंपरीचा पांढरा चीक सूत्रकृमिविरोधक असतो.
दारू (Wine)	२००-२०१	मद्याचे गुणधर्म, रोगजंतूनाशक	अधिक माहिती उपलब्ध नाही.

सुचवलेले साहित्य/पदार्थ	श्लोक क्रमांक	घटकांच्या गुणधर्माचा अहवाल	अधिक माहिती
कमळ	५५, २०५, २०७	सूत्रकृमिविरोधक, जीवाणूविरोधी, बुरशीविरोधी rhizosphere चिखलात चिकटपणा असतो.	कमळाची पाने, स्त्रीकेसर आणि मकंद यांत अक्लोलॉइड्स असतात. कमळातील प्रकंदामध्ये Aspergillus Niger, Trichoderma, Penicillium Spp. यांच्या विरुद्ध बुरशीविरोधी क्रिया चालू असते. भरपूर exopolysacharide (एक्झोपॉलिसॅक्केराईड) चिकटपणामुळे चिकट कमळाच्या प्रकंदात असलेल्या मूळ परिवेशातील चिखलात Azotobacter Vinelandii चे अस्तित्व आहे.
बिदारी (Indian Kudzu) (घोडवेल)	२०६	बुरशीविरोधक	जमिनीत वाढणाऱ्या कांद्यात (ग्रंथिकोष्ट बुरशीविरोधी गुणधर्म असतात.
नागविव्हा (Redarsenic)	२०६	जैवनाशक	झाडांवर वीज पडल्यास त्यांना पुनरुज्जीवित करण्यासाठी
न्यग्रोध (वड) (Ficus Benghalensis)	२१०	चिकामध्ये सीलबंद करण्याचे गुणधर्म, टॅनिन	बऱ्याच काळपर्यंत सीलबंद राहावे म्हणून वापर होत असावा. म्हणून झाडांच्या जखमांवर लावत असावेत.
धव (Anogeissus-latifolia) धावडा	२११	डिंक उत्पन्न होतो व त्यात टॅनिन व ग्लायकोसाईड असते.	बैलगाडी, नांगर वगैरेसाठी झाडाचे लाकूड वापरतात. सालीत १२-१८ टक्के टॅनिन असते. कडसर, तुरट असते. डिंकात वाळवण्याचे गुणधर्म.
श्रीपर्णिका (Myrica Esculenta) कायफळ		सालीत टॅनिन व ग्लायकोसाईड असते. रोगप्रतिबंध करणारे, मासेनाशक फळे मेण उत्पन्न करतात.	दुर्गंधीयुक्त दुखरी जखम धुण्यासाठी सालीपासून बनवलेले मलम वापरतात. पूर्व भारतातील खासी डोंगरभागातील लोक याचा मासेनाशक म्हणून उपयोग करतात.

सुचवलेले साहित्य/पदार्थ	श्लोक क्रमांक	घटकांच्या गुणधर्माचा अहवाल	अधिक माहिती
शामा (Iccocarpus-fruitescens)		माहिती उपलब्ध नाही	वेलीच्या सालांपासून उत्तम तंतू मिळतात. मुळांमध्ये औषधी गुणधर्म आहेत.
वेतस (Salix Caprea)	२११	लाकडात Flavonoids असतात. सालीत टॅनिन शिवाय ग्लायकोसाइड्स असतात. जीवाणूनाशक	लाकडाचा नाश करणाऱ्या बुरशीचा Flavonoids हा अवरोधक आहे. सालीत ८-१३ टक्के टॅनिन, पेशीचिकित्सेमध्ये घट्ट भागात जीवाणूनाशक गुणधर्म असल्याचे आढळून आले.
अर्जुन (Terminanalia Arjuna) सादडा	२११	सालीत आमांशविरोधक गुण असतात. तोंडातील व्रण बरे करण्यासाठी डहाळ्या वापरतात. फळांमध्ये टॅनिन असते.	सूक्ष्मजीवविरोधक (जीवाणूविरोधक) गुणधर्म असण्याची शक्यता आहे.
जव/ बार्ली, गहू	२१३, २१५, २१६, २१७	माहिती उपलब्ध नाही	गव्हाचे/बार्लीचे पीठ वापरण्यास सुचवले आहे. मंद जळ अपघटनानंतर (Hydrolysis) त्यांचे परिणाम बाहेर पडत असतील, अशी शक्यता असते. कदाचित चिकटवणे व पसरवणे यासाठी त्याचा उपयोग होत असेल.
कुलत्थ (Macroty loma Uniflorum - Dolichos Ciflorus) माष (Vigna Mungo) व मुद्र (V. radiata) कुळीथ, उडीद, मूग	२१५	माहिती उपलब्ध नाही	सुचवलेल्या पदार्थांचे पीठ वापरण्यास सुचवले आहे. मंद जळ अपघटनानंतर त्यांचे परिणाम दिसून येत असतील, अशी शक्यता असते. अथवा कदाचित चिकटवणे व पसरवणे यासाठी त्यांचा उपयोग होऊ शकत असेल.
गूळ	५७	माहिती उपलब्ध नाही	त्याचा चिकटपणाचा गुणधर्म सर्वांना माहीत आहे.

❑

शारंगधरकृत 'उपवनविनोद' ग्रंथातून उलगडणारे उद्यानाचे शास्त्र

तेराव्या शतकातील शारंगधरांनी एक संकलनात्मक सुभाषितकोश रचला आहे. या 'शारंगधर पद्धती'मध्ये 'उपवनविनोद' हे प्रकरण येते. त्यात उपवनमहिमा, वनस्पतींचे व जमिनीचे वर्गीकरण, वृक्षांचे रोग व उपचार यासह 'कुणप' याविषयी शारंगधर माहिती देतात.

बृहत्संहितेनंतरचा वृक्ष-वनस्पतिविषयक महत्त्वाचा विचार इ.स. तेराव्या शतकातील शारंगधराने रचलेल्या 'उपवनविनोद'मध्ये येतो. अर्थात, याला 'शार्ङ्गधर पद्धती' नावाचा एक संकलनात्मक सुभाषित कोशातील एक ग्रंथप्रकरण म्हणणेच उचित ठरेल. हे प्रकरण २३७ श्लोकांचे असून, त्यामध्ये उपवन म्हणजेच्या उद्यानातील वृक्ष-वनस्पतींची उत्पत्ती, जतन, वाढ, रोगचिकित्सा या विषयीची माहिती संग्रहित केली आहे. या प्रकरणाच्या आरंभी *'अथवृक्षायुर्वेदः'* असा उल्लेख असून शेवट *'अथवृक्षायुर्वेदशास्त्रेभ्यः'* असा आहे. त्यावरून हा श्लोकसंग्रह विविध अशा वृक्षायुर्वेदविषयक ग्रंथांतील श्लोक उद्धृत करून तयार केल्याचे स्पष्ट दिसते.

नलिनी साधले यांच्या मतानुसार, सुरपालकृत 'वृक्षायुर्वेद' ग्रंथातील बहुतेक सर्व विषय शारंगधराने लिहिले आहेत. काही श्लोक तंतोतंत जुळणारे आहेत, तर काही श्लोकांत शब्द वेगळे असले तरी आशय तोच आहे.

वराहमिहिराप्रमाणेच शारंगधरही 'वृक्षायुर्वेद' या ग्रंथातील माहिती संकलित करून दिल्याचे मान्य करतात.

उपवन म्हणजे खरे वैभव....

उपवन म्हणजेच उद्याने, विशाल बागा किंवा उद्याने उभारणाऱ्या राजालाच शारंगधर 'खरा राजा' म्हणतात. राजवाड्यांच्या परिसरात उभारलेल्या उद्यानांमध्ये कमळांनी भरलेल्या शोभिवंत पुष्करिणी, त्यावर रुंजी घालणारे भुंगे हेच खरे राजाचे वैभव मानले जाते.

उपवनविनोदातील 'जमिनीचे' वर्णन

झाडांच्या वाढीसाठी कोणती जमीन योग्य, हे सांगताना शारंगधर वर्णन करतात :

- जिच्याजवळ पाणी आहे, जेथे कोवळे गवत उगवले आहे, अशी जमीन चांगली.
  (*समा समाजन्नजला हरित्तरुतृणाङ्कुरा। तस्यां सर्वे यथास्थानं प्ररोहन्ति महीरुहा।।*)
- खडकाळ, वारुळे व बिळे असलेली, जवळ पाणी उपलब्ध नसलेली, रेताड, वाळवंटी जमीन झाडांना हितावह नाही.
  (*विषपाषण वल्मीक बिलदुष्टा तथोषरा। दूरोदका शर्करिला तरुभ्यो न हिता मही।।*)

वृक्षांचे रोग व त्यावरील उपचार

माणसांप्रमाणे वृक्षांनादेखील रोग होतात व ते

झाडांची वर्गवारी

वनस्पती, द्रुम, लता, गुल्म ही झाडांची वर्गवारी आहे. वनस्पतींची उत्पत्ती बीज, काण्ड (कलमाची फांदी) यापासून होते असे म्हटले आहे. (४३.४४)

याप्रमाणे वनस्पती, द्रुम, लता व गुल्म यांच्या व्याख्या दिल्या आहेत. सुरपालांच्या वृक्षायुर्वेदात हे वर्गीकरण विस्ताराने आले आहे. ही चारही प्रकारची झाडे बीपासून, देठापासून किंवा गड्ड्यापासून वाढतात. म्हणजेच झाडांची पेरणी तीन प्रकारची असते.

- फुलांशिवाय ज्यांना फळे येतात, तो 'वनस्पती' नावाचा प्रकार.
- फुले येऊन ज्यांना फळे येतात, त्यांना 'द्रुम' म्हणतात.
- तंतूद्वारे पसरणाऱ्यांना 'लता' (वेली) म्हणतात.
- उंचीला कमी (बुटके) असतात; पण ज्यांना फांद्या असतात, अशा झाडांना 'गुल्म' (झुडूप) म्हणतात.

औषधोपचाराने बरे करावेत, असे शारंगधर सांगतात. झाडांच्या रोगांचे पुढीलप्रमाणे वर्णन केले आहे :

झाडाला झोप येत नाही, पाणी पचू शकत नाही. ते पाने धरत नाही. त्याला मुंग्या लागलेल्या असतात. त्याला माशांसारखी 'दुर्गंधी' सुटलेली असते. त्याच्या साली गळून पडू लागतात, अशा झाडांवर त्वरित उपचार करावेत.

झाडांच्या रोगांवरील उपचार

- झाडाच्या रोगग्रस्त (भाग) मुळाशी कुऱ्हाडीने कापून, त्यातील कुजका, सडका रस काढून टाकला पाहिजे. या कापलेल्या भागावर मध, तूप, तीळ, माती, व दूध पाण्यात मिसळून ते मिश्रण शिंपडावे.
- झाडाच्या बुंध्याला कीड लागलेली आढळल्यास, त्या भागावर गोमूत्र, तूप, विडंग, मोहरी, तीळ एकत्र करून त्यांचा लेप द्यावा. दूध-पाण्याने सिंचन करावे आणि धुपाची धुरी द्यावी. मग ते झाड वाढीला लागते.

उपवनविनोदातील 'कुणप' विचार

- झाडांच्या रोगपरिहारासाठी व वाढ जोमाने होण्याकरिता कुणप नावाचे मिश्रण वापरावे, असे अनेक श्लोकांतून म्हटले आहे.
- कुणप मिश्रणाची कृती शारंगधर सांगतात :

विविध प्राण्यांचे - मासे - बोकड यांचे मांस, मेद, मज्जा व वसा उपलब्धतेप्रमाणे मिळवावे. ते सर्व एकत्र करून विस्तवावर पाण्यात शिजवावे. शिजवलेले मिश्रण एका मडक्यात ठेवून त्यात दूध, तिळाच्या पेंडीची भुकटी, मधात शिजवलेले उडीद, तूप व उष्ण पाणी हे पदार्थ टाकावेत. ते भांडे पंधरा दिवस ऊबदार ठिकाणी ठेवावे. त्यानंतर तयार झालेल्या मिश्रणाला कुणप म्हणतात.

- या खताचे मिश्रण मुळाशी घालून कमळकंदाच्या लेपाने सर्व भाग लिंपून काढल्यास आगीने वठून गेलेला तरुही पाचूसारखी हिरवीगार पाने धारण करत असल्याचे शारंगधर सांगतात.

सर्वसामान्य खतांचे वर्णन

- आम्रतरुला उडदाचे खत प्रिय असते, तर नारळाला यव धान्याचे चूर्ण प्रिय असते. (श्लोक क्र. १४९)
- डाळिंबाच्या झाडाच्या बुंध्याला त्रिफळा चूर्ण, मासळी व तूप यांच्या मिश्रणाचा लेप दिला व आंब्याच्या फळांची धुरी दिल्यास त्या झाडाची डाळिंबे ताडाच्या फळाइतकी मोठी असतील.

उद्यान विद्या विभाग हा आधुनिक कृषिशास्त्राचा एक महत्त्वाचा भाग आहे. त्याचा विचार शारंगधरांच्या काळातही सखोलपणे केला.

विविध आकारांची तळी हा उद्यानांचा महत्त्वाचा भाग असतो, राजवाड्यांच्या परिसरामध्ये खेळवलेल्या पाण्याचा बागांना सिंचनासह वातावरणनिर्मितीसाठी उपयोग होतो.

विचित्रीकरण...

या उपप्रकरणाला सुरुवात करताना ग्रंथकाराने केलेल्या प्रस्तावनेत वृक्षायुर्वेदाचे फलित फार सुंदर असून, ते शास्त्राने सिद्ध झाल्याचे म्हटले आहे. विचित्रीकरण म्हणजेच अशक्य किंवा विचित्र बाबी साध्य करणे. त्याची काही उदाहरणे ते देतात :

- ज्या झाडांच्या फुलांना अजिबात वास नाही, अशांना सुगंधी फुले आणण्यासाठी त्यांच्या आळ्यात व भोवती सुवासिक फुलांचा गंध असलेली माती घालावी. धव व खादिर झाडांच्या सालीच्या काढ्यांनी त्याचे सिंचन करावे. चंदनाच्या भुकटीचा लेप बुंध्याला लिंपावा. तूप व धूपाची त्यास धुरी द्यावी.
- झाडाला बियांशिवाय फळ निर्माण करावयाचे असेल तर मधु, साखर, कुष्ठ, मधुपुष्पे ही एकत्र कुटून त्यांचा लेप तयार करावा. त्या लेपाने त्या झाडाचे मूळ लिंपून टाकावे. (श्लोक क्र. २०२)
- योग्य ऋतू नसतानाही झाडांना केव्हाही फुले व फळे आणून उद्यान रमणीय करणाऱ्या एका पराक्रमी माळ्याच्या आश्चर्यकारक कर्तृत्वाचा उल्लेख बौद्धांच्या दधिवाहन जातकात आढळून येतो. तो विचित्रीकरणाचा एक पुरावाच होय.

❑

‘विश्ववल्लभ’ ग्रंथातील कृषी आणि वृक्षविचार

इ.स. १५७७च्या सुमारास चक्रपाणी मिश्र यांनी ‘विश्ववल्लभ’ या ग्रंथाची रचना केली. ते महाराणा प्रताप यांच्याकडे आश्रयास होते. त्यांचे प्रमुख तीन ग्रंथ प्रसिद्ध असले, तरी कृषी जीवनाच्या अनुषंगाने महत्त्वाच्या अशा विश्ववल्लभ या ग्रंथाविषयी माहिती घेऊ.

पश्चिम भारतातील राजस्थान राज्यातील मेवाडच्या राणा प्रताप यांनी अनेक विद्वानांना आश्रय दिला होता. त्यातील महत्त्वाचे विद्वान चक्रपाणी मिश्रांचे तीन ग्रंथ प्रसिद्ध आहेत : *राज्याभिषेक पद्धती* (प्रशासन), *मुहूर्तमाला* (ज्योतिषशास्त्र), *शकुन अपशकुन विश्ववल्लभ* (वृक्ष, अर्धवृक्ष व डोंगराळ भागातील शेतीकलेविषयीचे वर्णन)

महाराणा प्रताप स्मारक समिती, मोतीनगरी (उदयपूर, राजस्थान) येथून प्रकाशित *महाराणा प्रताप अँड हिज टाइम्स* या ग्रंथाचे लेखक बी. एम. जवालिया यांच्या मते, चक्रपाणी हे माथूर उपजातीचे ब्राह्मण असून, नसावरे चौबे या कुटुंबातील होते. पूर्वापार चालत आलेली ‘मिश्र’ ही उपाधी त्यांनी धारण केली होती. चक्रपाणी हे वेद, अध्यात्माच्या व तत्त्वज्ञानाच्या अनेक पद्धती, त्याचप्रमाणे विज्ञानाच्या अनेक शाखांमध्ये पारंगत होते.

‘विश्ववल्लभ’ म्हणजे जगताला प्रिय वृक्षजीवन

- वृक्षविषयक विज्ञानाबद्दल चक्रपाणी मिश्र यांचा विश्ववल्लभ हा ग्रंथ सुरपालांच्या वृक्षायुर्वेद या ग्रंथासमान आहे. या ग्रंथामध्ये भूजल शोधणे, पाण्याच्या टाक्या, तळी वगैरे बांधणे, जमिनीचे वर्गीकरण, वेगवेगळ्या झाडांचे रोपण व त्यांची वाढ कशी करावी याबद्दलच्या सूचना, झाडांच्या चांगल्या वाढीसाठी सिंचन, खास पोषण काय द्यावे, झाडांची काळजी, त्यांचे रोग, त्यावरील उपचार आणि वनस्पतिशास्त्रातील आश्चर्ये यांचा समावेश केला आहे.
- विश्ववल्लभ ग्रंथामधील विषय सुरपाललिखित वृक्षायुर्वेदमधील काही भागांशी समकक्ष आहेत.
- विश्ववल्लभ ग्रंथात एकूण नऊ प्रकरणे आहेत. भूजल, जलाशये, जमिनीची तपासणी व योग्यता, वृक्षारोपण व वाढ, पाण्याचे व्यवस्थापन, वृक्षांचे संरक्षण व देखरेख, वृक्षांचे पोषण व विकास, वृक्षांचे रोग व उपचार, आणि वनस्पतिशास्त्रातील आश्चर्ये.
- पहिल्या प्रकरणात वनस्पती, विविध प्रकारची माती, अनेकविध खडक व त्यांची रचना, पाण्याची उपलब्धता, जनावरे व कीटक, वाळवंट व डोंगराळ प्रदेशांची स्थिती अशा अनेक विषयांची रंजक माहिती आहे. उदाहरणार्थ, १४ फूट खोल खणल्यावर तेथून गरम धूर येतो, यासारखी लक्षवेधक भौगोलिक

घटना नमूद केली आहे.

- नऊ भूजलप्रवाह असून, ते नऊ दिशांना वाहतात. त्यापैकी वरील दिशेने वाहणारा प्रवाह सर्वांत प्रभावी असतो. या प्रवाहांचे मूळ डोंगरात किंवा झाडांच्या मुळाशी असते.
- चक्रपाणी मिश्रा जमिनीचे सपाट आणि डोंगराळ असे दोन प्रकार सांगतात : सपाट जमिनीचे शुष्क, वाळवंटी, ओली व सामान्य असे चार प्रकार; तर डोंगराळ जमिनीचे शुष्क आणि ओली असे दोन प्रकार सांगितले आहेत.
- सामान्य जमिनीखाली अनेक ठिकाणी भूजल उपलब्ध असून ते शोधणे फारसे कठीण नाही. चक्रपाणी मिश्रांनी तळी, विहिरी, तलाव कसे बांधावेत, यांचे सविस्तर वर्णन केले आहे. खणतेवेळी कठीण दगड मध्ये आल्यास, ते दगड फोडण्यासाठी वापरली जाणारी तीक्ष्ण हत्यारे वाकू नयेत, बोथट होऊ नयेत यासाठी करावयाच्या बाबींची माहिती लेखक देतात. सुरपालांच्या ग्रंथात अशा प्रकारची माहिती नाही.

झाडांचे पोषण व रोगनिवारण

चक्रपाणी मिश्रांनी झाडांच्या पोषणासाठी आणि त्यांच्या रोगनिवारणासाठी वापरल्या जाणाऱ्या विविध घटकांमध्ये जनावरांचे मांस, रक्त वगैरे वापरण्याबाबत काही मर्यादा आहेत. चक्रपाणींनी कुणप बनवण्याची कृती सविस्तर दिली आहे. तसेच ते खत (द्रवखत) सर्व प्रकारच्या झाडांना सुदृढ वाढीसाठी वापरण्याचा सल्ला दिला आहे.

विदेशी झाडांच्या लागवडीसंदर्भात...

विदेशी भूमीवरून आणलेल्या वनस्पतींचा लेखकाने ओझरता उल्लेख केला आहे. अशा झाडांचे रोपण करण्यास त्यांनी परावृत्त केले आहे. ही विदेशी झाडे वेगळ्या प्रकारच्या जमिनीवर आणि वेगळ्या हवामानात जगू शकणार नाहीत. तसेच त्यांचा स्थानिक जातींना त्रास होऊ शकतो, असा विचार असावा.

चक्रपाणी : एक तर्कशुद्ध बुद्धिवादी विचारवंत

- कृषिशास्त्र व तत्सम विषयांवरील इतर प्राचीन ग्रंथांच्या तुलनेत विश्ववल्लभ ग्रंथामध्ये खगोलशास्त्राचा अभाव प्रामुख्याने जाणवतो. *मुहूर्त माला*सारख्या ग्रंथाचे लेखक असूनही, या ग्रंथात वृक्षारोपणासाठी व इतर शेतीच्या कार्यासाठी प्रारंभ करण्यास शुभ दिवस, नक्षत्र, तारे वगैरे सांगणे चक्रपाणींनी टाळले आहे. शकुन-अपशकुन यांचाही कुठे उल्लेख आढळत नाही. लेखकाच्या तर्कशुद्ध, बुद्धिवादी विचारांचा हा एक पुरावा आहे. विज्ञानाकडे पाहण्याचा लेखकाचा तर्कशुद्ध दृष्टिकोण आहे.
- उंदरासारख्या त्रासदायक प्राण्यांच्या नियंत्रणासाठी सुरपालांनी काही मंत्र सुचवले आहेत. मात्र, येथे उंदरांची बिळे नष्ट करावीत, असे सांगून उंदीर व इतर कीटक नष्ट करण्यासाठी औषधी सुचवली आहेत.
- किल्ल्याच्या आत वृक्षारोपण कसे करावे, हा विषय चक्रपाणी सविस्तर हाताळतात.

चक्रपाणी मिश्रांचा 'त्रिदोष सिद्धान्त'

- सुरपालांप्रमाणेच झाडांच्या रोगनिवारणासाठी चक्रपाणींनी त्रिदोष सिद्धान्ताचा वापर केला आहे. किंबहुना वृक्षायुर्वेद (वनस्पतिजीवनविज्ञान), आयुर्वेद (जीवनविज्ञान), उदाहरणार्थ, हस्तायुर्वेद (हत्तीजीवनाचे विज्ञान) अश्वायुर्वेद (घोड्यांच्या जीवनाबद्दलचे विज्ञान) या सर्व एकाच प्रमुख विज्ञानाच्या म्हणजे आयुर्वेदाच्या शाखा आहेत. वृक्षायुर्वेदाचे तज्ज्ञ सुरपाल हे प्रख्यात वैद्यही असावेत. रोगनिदान व उपचार यांचे सिद्धान्त सर्वांसाठी समान आहेत.
- 'त्रिदोष' सिद्धान्तानुसार या तीन दोषांचे असंतुलन म्हणजे रोग; आणि संतुलन म्हणजे उत्तम प्रकृती होय. मानव, पशुपक्षी, झाडे अशी संपूर्ण सृष्टी ही आकाश, वायू, अग्नी, जल आणि पृथ्वी या पाच तत्त्वांनी व्यापली आहे.

हीच पाच तत्त्वे जीवित प्राणी व झाडे वगैरेंसाठी खाद्य, त्रिदोष, रोग, त्यांचे उपचार यासाठी स्वत:च नैसर्गिक भौतिक परिस्थितीचा दुवा प्रस्थापित करतात. म्हणूनच झाडे, पशू, मानव सर्वांचे रोग व त्यावरील उपचार यामध्ये अनेक दृष्टीने समानता आहे.

- वात, पित्त आणि कफ या त्रिदोषांच्या असंतुलनावर आधारित अंत:स्थ रोगांच्या वर्गीकरणासाठी चक्रपाणी सुरपालांचे अनुकरण करतात. ती थोड्याफार फरकाने सारखीच आहेत.
- बहि:स्थ रोगांमध्ये कीटकांमुळे झालेल्या जखमा, कडक ऊन, दव, वीज, जोराच्या वाऱ्यामुळे झालेले नुकसान आणि जास्त प्रमाणात जलसिंचन याशिवाय चक्रपाणी आणखी काही गोष्टींचा उल्लेख करतात. (उदाहरणार्थ, प्रतिरोपण झाल्याने झाडास बसलेला धक्का, अतिप्रमाणात पक्ष्यांचे वास्तव्य, गंज चढणे, कडू-खारट पदार्थांचा परिणाम, उपासमार, अति प्रमाणात खतांचा वापर अथवा अति प्रमाणात औषधांचा मारा) यावरून सुरपाल व शारंगधर यांच्या काळापेक्षा अधिक ज्ञानाची भर पडल्याचे स्पष्ट होते.
- कीटकांमुळे अंत:स्थ व बहि:स्थ दोन्ही प्रकारचे नुकसान होते. झाडांना छेद पाडणाऱ्या कीटकांचा उल्लेख आहे. झाडांवर येणारे कीटक हे माती, पाणी आणि खत यातून उत्पन्न होतात, हे चक्रपाणींचे निरीक्षण महत्त्वपूर्ण आहे.
- धूर देण्यासाठी नीम झाडाची साल वापरावी, असे सांगितले आहे. नीमच्या कीटकनाशक गुणधर्मांची ओळख असण्याचा हा प्राचीन निर्देशक आहे.
- एकंदरीत सुरपालांचे 'वृक्षायुर्वेद' शारंगधरांचा 'उपवन विनोद' आणि चक्रपाणी मिश्रांचा 'विश्ववल्लभ' या तीन ग्रंथांमधून संपन्न अशा ज्ञानाचे भांडार आपल्यासाठी खुले होते. आज उपलब्ध असलेल्या तंत्रांच्या आधारे या माहितीवर अधिक संशोधन करणे आवश्यक आहे.

❑

‘विश्ववल्लभ’ ग्रंथातील माती आणि वृक्षवाढ यांचा विचार

चक्रपाणी आपल्या विश्ववल्लभ ग्रंथातील तिसऱ्या प्रकरणात मातीचे प्रकार, रंग आणि स्वाद या विषयीची माहिती देतात. त्याचप्रमाणे कोणती झाडे कोठे व कशी लावावीत, याविषयी सांगतात. वृक्षारोपण व वाढीसंदर्भात विविध विचार ते मांडतात.

माती विचार

- नैसर्गिकरीत्या जमीन ही तीन प्रकारची असते : शुष्क, ओली आणि सामान्य. स्वादानुसार त्याचे आणखी सहा प्रकार ओळखले जातात.
- माती गडद राखी, पांढुरकी, काळी, पांढरी, लाल आणि पिवळी अशा सहा रंगांची असते. मातीच्या रंगावरून त्याचा स्वाद ठरतो. मातीचे स्वाद अनुक्रमे गोड, आंबट, खारट, कडू, तिखट आणि चरबट आहेत. या जुन्या सिद्धान्तावर अवलंबून राहण्याऐवजी माती चाखूनच त्याचा स्वाद ठरवण्याविषयी ते सांगतात.
- ज्या जमिनीवर वारुळे, दगडधोंडे व खड्डे भरले आहेत, जी जमीन क्षारयुक्त आहे अथवा पाण्याच्या प्रवाहापासून दूर आहे अथवा जी वालुकामय आहे, अशी जमीन झाडांच्या लागवडीसाठी विषारी समजावी.
- जिथे झाडे व वेली दवबिंदूंमुळे जळून जातात, अशा जागेवर उद्यान बनवण्याचे ठरवू नये. माती मऊ असून, जवळच पाणी उपलब्ध आहे, अशी जागा झाडे लागवडीसाठी योग्य असते.
- जमीन खडकाळ असो वा मऊ मुलायम असो, जमिनीचा रंग तप्त सुवर्णासारखा असल्यास पुष्पे, पुन्नय, राजदान, चंपक अशा प्रकारची झाडे विनाप्रयास उगवतील. मुचकुंद आणि याच श्रेणीची झाडे, श्रीखंडीका, केतकी, केतक, रंभा, अश्वमारा, लकुच, जंबू, मधू अशा प्रकारची झाडे, लता, वृक्ष हे ओल्या जमिनीवर चांगली वाढतात.
- चंपक, पाटल, आम्र, बकुल, अशोक, कोल, उदुंबर, निंब, पिप्पल, वट अशा प्रकारची मशागत करून लावलेली झाडे; चिंच, असन, अक्ष, अक्षोट, मधुक, शिप्रुक, महानिंब, अर्जुन; याशिवाय दाडिन वगैरे फळझाडे व पुष्पलता हे सामान्य जमिनीवर लावता येतील.
- शुष्क जमिनीवर धव, खदिर, पलाश, वंश, धात्री, इंगुदिका, शिवानी, करभ, शाक, शल्लकी, सप्तपर्ण, सूरतक, रजनीक आणि तिंटुक जातीची झाडे लावण्यास सुचवले आहे. जमिनीच्या नैसर्गिक गुणधर्मावरून तेथे कोणती फळझाडे आणि फुलझाडे उगवू शकतील याचा विचार करावा, असे चक्रपाणींनी सुचवले आहे.

रंग, स्वाद यानुसार मातीचे काही प्रकार चक्रपाणी यांनी सांगितले आहेत.

पैदास प्रक्रियेनुसार झाडांचे विभाजन

- चक्रपाणींनी झुडपे, वेली व झाडे, बिया, देठ आणि कंद यापासून उगवणाऱ्या झाडांचे विभाजन सांगितले आहे.
- **बियांपासून उगवणारी झाडे :** चिंच, आम्र, चंपक, मधुक, कपित्थ, जम्बू, पुन्नाग, बिल्व, बकुल, असन, कंचिनार, क्षिरी, कामू, पनस, अक्षक, नालिकेर, ताल, तिलक ही होत. याशिवाय जंबीर, निंबूक, सदाफल, बिजापूर, नारिंग, सेव, करमर्दक, चंपक, बिदाम, कमल, पण्डूरोग, श्याम व अतिमुक्तक.
- **देठ व बिया यांपासून उगवणारी झाडे :** बिंब, स्नुही, चंद्रक, सिंधुवर, श्रीखंडीक, अश्वत्थ, वट, पलाश, दाडिम, प्लक्ष, मनिद्रू, वंश, द्राक्ष, एला, अंबुज
- **कंदापासून उगवणारी झाडे :** कुंकुम, शृंगवर, विदरीक, सुरण, पिटिका ही झाडे कंदापासून तर रंभा वगैरे कंद आणि देठ दोन्हींपासून उगवतात.

निवासस्थानाजवळ वृक्षारोपण

चक्रपाणी निवासस्थानाजवळ लावावयाची झाडे व त्यांच्या दिशा या संदर्भात यादी देतात.

- बिजापूर, जंबू, हरिद्र, बदरी, पलाश, श्लेषनाता, चिंच, अर्जुन, कांचनार, करंजक आणि अक्ष ही झाडे अशुभ असून, आपल्या घरातील बागेत लावू नयेत.
- विशेषत: काटेरी झाडे व दुधाळ रस निघणारी झाडे घरातील बागेत अथवा घराच्या जवळपास लावणे टाळावे.
- फळे व फुले न देणारी सर्व झाडे त्याचप्रमाणे अंकोला, बिभीतक, एरंड, सिद्धार्थ, निलिका वगैरे जंगली झाडे घराजवळ लावू नयेत. ज्यांची फुले अथवा फळे माहीत असतात, असे सर्व वृक्ष, लता, झाडे व सर्व औषधी वनस्पती घराजवळील बागेत लावावीत.
- घराच्या पूर्व दिशेस वटवृक्ष, उदुंबरीका उत्तर दिशेस, तर पिप्पल आणि प्लक्ष हे पश्चिमेस शुभ असतात.

वृक्षारोपण व वृक्षवाढ

- **खडकाळ भागात उगवू शकणारी झाडे :** उदुंबरी, तिंदुका, वीर, चिंच, वट, राजदान, चंपक, वंश, जंबू आणि पिचू.
- अभ्रकमिश्रित मातीत (राजस्थानमध्ये अशी जमीन आहे) राजदान, बकुळ आणि चंपक उगवणार नाहीत.
- श्लोक ८ मध्ये उद्यान बनवण्याच्या जमिनीवर पिकलेले गवत, माष आणि तीळ नसावे. त्यांच्यामुळे तण वाढण्याची शक्यता गृहीत धरून, असे म्हटले असावे. याच श्लोकामध्ये वाळवी हटवण्यासाठी अजगंधा आणि शतपुष्पी ही झाडे लावावीत, असे सुचवले आहे.
- झाडे लावण्यासाठी खड्डे भरताना चक्रपाणी खड्डे गरम करून घेण्याविषयी सांगतात. त्यानंतर गायीचे शेण, तूप, मध, तिळाच्या झाडाची राख यांनी युक्त असलेले बी पेरावे. गरम करण्यामुळे मातीतून पसरणाऱ्या किडी-रोगांना अटकाव होत असल्याचे कदाचित प्राचीन काळापासून माहिती असावे. कारण, सुरपालांच्या वृक्षायुर्वेदामध्येही त्याचे उल्लेख आहेत.

पेरणीसाठी काही नियम

- धुमारा नसलेल्या डहाळ्या पेरणीसाठी चांगल्या असतात. धुमारा फुटलेल्या मध्यम प्रतीच्या असतात. ज्या डहाळ्यांना फुले व फळे आली आहेत, अशा फांद्या लावू नयेत. त्यांच्यापासून झाडे उगवत नाहीत.
- उन्हाळ्यामध्ये पाने असलेल्या फांद्या पेराव्यात. लवकरच पावसाळा सुरू होणार असेल तर धुमारा फुटलेल्या फांद्या पेराव्यात. पावसाळ्यात नीट वाढलेल्या जाड देठाच्या फांद्या पेरणे योग्य.
- खड्डे प्रथम गरम करून मग त्यात माती भरून तयार करावेत. बियांना वाळवलेले गायीचे शेण आणि नंतर तूप व मध लावावे.
- शेणाने रगडून व नंतर तिळाचे झाड व बिया यांची राख व तूप यांचे मिश्रण चोपडून मगच सुज्ञाने बिया योग्य जागी पेराव्यात.
- जुन्या बियाही अंकोला तेलाने माखून घेतल्यास चटकन उगवतात.
- एखाद्या खड्ड्यात किंवा मातीने भरलेल्या योग्य अशा पात्रामध्ये पुगा अथवा नल्लिकेत ही झाडे सालासकट पेरली तरी रोज एकदा त्यांच्यावर मिठाचे पाणी व नंतर साधे पाणी शिंपडावे. एका महिन्यात ही झाडे छान उगवतात.
- आखाटे, पुग आणि तृणराज, त्याचप्रमाणे खर्जुरी, खारीक, बदाम आणि नलिकेर यांची फळे अंकोला तेल, शेण व दुधात भिजवावीत. नंतर चांगल्या मातीने भरलेल्या खड्ड्यात पेरून त्यावर भरपूर पाणी शिंपडावे.
- सुज्ञ व्यक्तीने बी पेरलेल्या जागेवर गवत व पलाशीची पाने टाकून ही जागा अंकुर फुटेपर्यंत झाकून ठेवावी. नंतर ही रोपटी मुळासकट व मातीसकट उपटून काढावीत. विडंग, तूप आणि मध यांनी माखून पुन्हा खड्ड्यात पेरावीत.
- सुज्ञ माणसाने झाडांच्या फांद्या, मुळे व खोड यांना गायीचे शेण चोपडावे आणि मातीने भरलेल्या खड्ड्यात पेरावे. नंतर भरपूर पाण्यासह वाळलेले शेण शिंपडावे.
- मध्यम, श्रेष्ठ आणि हलक्या प्रतीच्या झाडांना एकमेकांपासून अनुक्रमे १६, २० आणि १२ हात दूर पेरावे. नंतर भरपूर पाण्यासह वाळलेले शेण शिंपडावे. हा जुना सिद्धान्त आहे.
- गवत, झुडपे व लता-वेली यांचे प्रकार योग्य जागेवर व्यवस्थित विधी (रांग), स्वास्तिक अथवा गोल आकारात चार, तीन आणि दोन हात अंतरावर लावावेत.
- मोठी झाडे २० हात अंतरावर लावावीत. मध्यम आकाराची झाडे १६ हात आणि लहान आकाराची झाडे १२ हात अंतरावर लावावीत.

किल्ल्यातील वृक्षारोपण

किल्ल्यावरील वृक्ष लागवड व धान्य पिकवण्यासंदर्भात चक्रपाणी यांनी दिलेली माहिती वैशिष्ट्यपूर्ण आहे. कोणत्याही प्राचीन ग्रंथामध्ये त्याचा उल्लेख आढळत नाही. चक्रपाणी मिश्राने किल्ल्यातील बागेची योजना सांगितली आहे :

- चंपक, मालती, कुरवक, निर्मालिक, युथिका, श्रीखंडी, कानवीर, कुंद, बकुल, वासंतिक, सेवती, हेमसुवन, सिंदुरिका, केतकी, चंदुक, मचकुंद, केतक, जपा, किंशुक या सर्व वृक्षांचे रोपण करावे. ही सर्व फुले देणारी झाडे आहेत.
- मलूरा, बद्री, रसाल, करक, श्रीफळ, चिंच, मर्दकी, लिंबू, फण, वट, अश्वत्थक, खर्जुरी, पनस, कपित्थ, वंश, उदुंबरी, क्षाल, ताल, जटील, रोहतक व पाटल या वृक्षांची लागवड करावी. (श्लोक क्र. ३०)
- राजदन, अशोक, कदंब, जंबू, जंबीर, नारिंग, सदाफल अशा प्रकारची इतर झाडे रंभा, आमलक, दाडिम, नालिकेल या झाडांची लागवड करावी. (श्लोक क्र. ३१)
- लकूच, विदाम, तांबूल, कैलाश, शतपत्री, मृदवी अशा प्रकारची अन्य झाडे, फुले-फळे देणाऱ्या वेली व झुडपे इथे लावावीत.
- सुज्ञ व्यक्तीने पूर्वेला करमर्दक, वंश वगैरे झाडे, तर दक्षिणेस द्राक्ष, पारावन वगैरे व पश्चिमेला कपित्थ पेरावेत. (श्लोक क्र. ३३)

❑

सामान्यांसाठी विविध विषयांच्या माहितीसाठी : 'लोकोपकार' ग्रंथ

सर्वसामान्य लोकांच्या गरजा व त्यानुसार करावयाच्या उपाययोजना या त्यांच्या ग्रामीण भाषेत (हळे कन्नड भाषेत) मांडणारा *लोकोपकार* हा चावुंडरायकृत ग्रंथ महत्त्वाचा ठरतो. त्यामध्ये पेरणीपासून वृक्षायुर्वेदापर्यंत आणि जनावरांसंदर्भात सखोल माहिती उपलब्ध होते.

दक्षिण चालुक्य राजांची राजधानी बिदर कल्याणी (कर्नाटक, भारत) येथे होती. ज्ञानी लोकांना शिष्यवृत्ती देत आधार देण्याची या राजाची परंपरा होती. राजा जयसिंह दुसरा (इ.स. १०१५ ते १०४२) यांच्या दरबारातील चावुंडराय हा एक शिष्यवृत्तीधारक कवी होता. त्याने लिहिलेल्या *लोकोपकार* (इ.स. १०२५) या ग्रंथामध्ये सर्वसामान्य नागरिकांच्या जीवनाशी संबंधित बहुतांश विषय समाविष्ट आहेत. त्यामध्ये खगोलशास्त्र, वास्तुशास्त्र, पाण्याचा अंदाज, वृक्षायुर्वेद, अत्तरनिर्मिती, पाककला, पशुचिकित्सा व औषधे यांबरोबरच अपशकुन यांचा समावेश आहे.

'लोकोपकार'चा लेखक चावुंडराय याला 'दुसरा चावुंडराय' या नावाने ओळखले जाते. हळे कन्नड म्हणजे जुन्या कानडी भाषेत असलेल्या या ग्रंथाची संपादित आवृत्ती इ.स. १९५०मध्ये एच. शेष अय्यंगार यांनी तयार केली. तिची एक प्रत 'मद्रास गव्हर्नमेंट (ओरिएंटल मॅन्युस्किट लायब्ररी) (अड्यार लायब्ररी) चेन्नई येथून मिळवली आहे.

ग्रंथाचे आयोजन

- लोकोपकारमधील माहिती वराहमिहिरांच्या बृहत्संहिता या ग्रंथातून घेतली असून, त्या प्रदेशातील सर्वसामान्यांच्या (जुन्या कानडी) भाषेत लिहिली आहे. सामान्य जनता ही संस्कृतपासून अनभिज्ञ असल्याने कानडीतून केलेले लिखाण खरोखरच लोकोपकार म्हणजे लोकांच्या कल्याणासाठी ठरले. साहजिकच ते सामान्यांमध्ये अत्यंत लोकप्रिय झाले.
- पेरणी करण्यापूर्वी बियांवर काय उपचार करावेत, याचे वर्णन आहे. हे उपचार म्हणजे बियांना गायीचे शेण लावावे, वाळवावे, दुधात भिजवावे, बृहती फळांचा रस लावावा, मिठाचे पाणी लावावे, शेवटी विडंग बियांच्या पुडीचा धूर द्यावा. इतरांनीही हेच सर्व सुचवले आहे. हा उपचार वार्षिक झाडांसाठी पुनःपुन्हा करावयाचा आहे. बियांना लवकर कोंब फुटण्यासाठी हे उपचार केले जात असावेत. हे वृक्षायुर्वेद पृ. २७ वरून घेतल्याचे स्पष्ट आहे.
- वृक्षारोपण व बीजपेरणी या बाबी विश्ववल्लभ ग्रंथातून (पृ. ६४) घेतल्या आहेत.
- खडकाळ भागात उगवणारी उदुंबरी, निंदुका, वीर, चिंच, वट, राजपान, चंपक, वंश (बांबू), जंबू (जांभूळ) आणि पिचू ही झाडे असल्याचे

चक्रपाणी मिश्रा सांगतात. त्याचप्रमाणे अभ्रकमिश्रीत मातीत राजदान, बकुळ व चंपक उगवणार नाहीत. चक्रपाणींनी वृक्षांचे रोपण करण्यासाठी खड्डे खणून त्यांना अग्नीने गरम करावे. मातीने भरावेत. नंतर गायीचे शेण, तूप, मध, तिळाची राख यांनी युक्त असलेले बी पेरावे, असे सांगितले आहे.

जनावरांसाठी औषधाचे विज्ञान

मानव जसा शेती करू लागला, जसे त्याला नांगरणीसाठी बैलांचे महत्त्व कळू लागले. वेद काळात गायींना अत्यंत मौल्यवान धन समजले जात असे. जशा मानवांच्या वसाहती वाढू लागल्या, तसे शासन यंत्रणेचे महत्त्व समजून आले (मनुस्मृती ७००१). छोटीमोठी राज्ये उदयाला आली. प्रतिस्पर्ध्यांपासून स्वतःचा बचाव करण्यासाठी सैन्य तयार झाले (कौटिल्य ९.२). या सैन्यांमध्ये विविध प्राण्यांचा, विशेषतः घोडे, हत्ती, सामान वाहण्यासाठी बैलांच्या गाड्या, रथाला जोडण्याचे घोडे असे अनेक विभाग होते. यासाठी प्राण्यांना माणसाळवणे, त्यांना झालेल्या रोगांवर उपचार करणे यातून पश्वायुर्वेदाचा (जनावरांच्या औषधींचे विज्ञान) उगम झाला.

- पश्वायुर्वेदाचा उगम ही बाब महत्त्वाची आहे. जनावरांना स्वतःवर उपचार करण्याचे उपजत ज्ञान होते. त्यांच्या निरीक्षणातून, वर्तणुकीतून ते मिळत गेले. याविषयी अथर्ववेदातील सूक्तामध्ये (८-७-२३२५) या अर्थाचे महत्त्वपूर्ण मंत्र आहेत.
- पश्वायुर्वेदाचा उगम प्राचीन संदर्भ ऋग्वेदामध्ये देवांचे वैद्य अश्विनीकुमार (नासत्य व दस्त्रा) यांचे वर्णन आहे. त्यांनी देव व मानव यांच्याखेरीज गाय, पक्षी व घोडा यांच्यावरही उपचार केल्याचे वर्णन आहे. विश्पला या घोडीचा पाय तुटला असता, तिला लोखंडी पाय बसवल्याबद्दल अश्विनीकुमारांची स्तुती आहे. महाभारतात माद्रीचे दोन पुत्र नकुल व सहदेव हे अश्विनीकुमारांपासून झाल्याचे म्हटले आहे. अश्विनीकुमार हे ईश्वरी वैद्य असून, नकुल व सहदेव हे दोघेही अश्ववैद्यकी (घोड्यांची औषधी) व गोवैद्यकी (गायींसाठी औषधी) यात तरबेज होते.
- ब्रह्मीवैवर्त पुराणानुसार सहदेवाने 'वैद्यक सर्वस्व' (संपूर्ण वैद्यकी विज्ञान) हा ग्रंथ लिहिला.
- अर्थात, हे उपचार प्रामुख्याने आयुर्वेदावर अवलंबून आहेत. प्राण्यांचे त्यांच्या जन्मांच्या पद्धतीनुसार, जरायुज (गर्भाशयातून जन्मलेला), अंडज (अंड्यामधून जन्मलेला), स्वेदज (घाम यापासून जन्मलेला) आणि उद्गिज (अंकुरणे) असे प्रकार पडतात.

  आयुर्वेदाची मार्गदर्शक व मूळ तत्त्वे ही माणसांखेरीज अनेक सजीवांसाठी वापरली जात होती. त्याचा ऊहापोह 'वृक्षायुर्वेद' या लेखात (एशियन ॲग्री हिस्ट्री १०-९-३१मध्ये सविस्तरपणे केला आहे.)
- पश्वायुर्वेद व वृक्षायुर्वेद (झाडांसाठी औषधे) ही दोन्ही विज्ञान आयुर्वेद शाखेचे विस्तारीत रूप असून, त्याचा उपयोग मानवाखेरीज इतर जीवांसाठी केला जातो, हे आता मान्य झाले आहे.

गुरांची आजारातील काळजी

- लोकोपकारमधील प्रकरणे ९ व १० यामध्ये प्रामुख्याने गायींच्या आजारांवर भर दिला आहे. चावुंडरायाच्या काळी प्रत्येक कुटुंबामध्ये गाय पाळली जात असे. वासराला जन्म देताना होणाऱ्या समस्यांवर बऱ्याच विस्ताराने लिहिले आहे.
- 'कृषी शासन' या कृषिविषयक ग्रंथांमध्ये मुख्यत्वे बैलांवर लक्ष केंद्रित केले आहे. नांगरणी करणाऱ्या बैलांची प्रकृती उत्तम असणे हा मुख्य मुद्दा तिथे लक्षात घेतलेला दिसतो. बैलांच्या आजाराला अधिक महत्त्व दिले आहे.

शेतात नांगर ओढताना बैलांना खांदादुखी, लंगडणे, पाय मोडणे या समस्या उद्भवतात. लोकोपकार ग्रंथामध्ये हाताळलेले विषय कृषी शासनातील विषयांना पूरक असे आहेत.

लोकोपकारमधील वृक्षायुर्वेद या प्रकरणात वृक्ष, झुडपे, लता-वेली यांच्या आरोग्याच्या व्यवस्थापनाबद्दल लिहिलेले आहे. सुरपालकृत मूळ वृक्षायुर्वेदामध्ये या विषयावर ३०० श्लोक असले, तरी चावुंडरायांनी फक्त ६० श्लोकांत हा विषय हाताळला आहे. त्यातही त्यांनी फक्त दक्षिण भारताशी संबंधित गोष्टींचाच समावेश केला आहे. सुरपालांनी पूर्व भारताविषयी, तर चावुंडरायांनी दक्षिण भारताविषयी लिहिले आहे.

- बियांची पेरणी ही ठरावीक आठ तारकासमूहांच्या वेळीच करावी. ठरावीक स्थानांवर पेरणीच्या वेगवेगळ्या वेळा आपल्या पूर्वजांनी स्वानुभवावरून ठरवल्या असाव्यात. चक्रपाणी मिश्रालिखित 'विश्ववल्लभ'मध्ये कोणत्याही तारकांसमूहांचा उल्लेख नाही. कदाचित पश्चिम भारतातील वाळवंटी प्रदेशात पावसाची अनिश्चितता असेल म्हणून असेल.
- श्लोक ३ व ४ मध्ये झाडांची पेरणी करण्यापूर्वी खड्डे कसे खणावेत, खड्ड्यांमध्ये अंतर किती असावे याचे वेगवेगळे वर्णन आहे. उदाहरणार्थ, चावुंडराय दोन हात लांबी-रुंदीचे खड्डे खणावेत, असे सांगतात; तर सुरपालांनी फक्त एक हात लांबी-रुंदीचे खड्डे खणावेत, असे म्हटले आहे. चक्रपाणी मिश्रांनी याबाबत उल्लेखच केलेला नाही. दोन खड्ड्यांमध्ये किती अंतर असावे, याबाबत प्रत्येक लेखकाने कनिष्ठ, मध्यम आणि उत्तम असे म्हटले आहे. चक्रपाणी मिश्रांनी याबाबत उल्लेखच केलेला नाही.

दोन खड्ड्यांमध्ये किती अंतर असावे याबाबत प्रत्येक लेखकाने कनिष्ठ, मध्यम आणि उत्तम असे तीन प्रकार दिले आहेत.

वराहमिहिरांनी ही अंतरे १२, १६, २० हात;

'पश्वायुर्वेद' या विषयावरील महत्त्वाचे प्राचीन ग्रंथ

पुढे अनेक पंडितांनी हे शास्त्र अधिक विकसित केले. त्यांनी जनावरे, वृक्ष इत्यादींवर लक्ष केंद्रित करून स्वतंत्र ग्रंथ लिहिले.

- *शालिहोत्र* (अश्वायुर्वेद) : भोज घोड्यांच्या जीवनाचे विज्ञान (ख्रिस्तपूर्व १८००)
- *हस्त्यायुर्वेद* - मुनी पालकव्य : हत्तींच्या जीवनाचे विज्ञान (ख्रिस्तपूर्व १०००)
- *अग्निपुराण* (छंद २८९ ते २९७) : घोडे, हत्ती, व गुरे यांचे आजार व उपचार.
- प्रकरणे अश्वचिकित्सा (घोड्यांचे आजार व उपचार) व गजचिकित्सा (हत्तींचे आजार व उपचार)
- सोमेश्वरदेव लिखित *मानसोल्हास*
- *गरुडपुराण* (छंद १९७, २०१, २०७) : घोडे व हत्ती यांचे आजार
- मुनी पराशरलिखित *कृषी शासनम्* : गुरांचे रोग व त्यावरील उपचार

अग्निपुराणामध्येही पशुपालनासंबंधी विशेषत: त्यांच्या आजार व उपचार याविषयी ज्ञान उपलब्ध होते.

सुरपालांनी १४, १६, २० हात; चावुंडरायांनी१०, १४, १६ हात, आणि चक्रपाणी मिश्रांनी १२, १६, २० हात दिली आहेत. वराहमिहिर आणि चक्रपाणी मिश्रा दोघेही पश्चिम भारतवासी असल्याने त्यांनी सुचवलेली अंतरे समान आहेत.

- गारांपासून होणारे नुकसान टाळण्यासाठी एक विचित्र उपाय सुचवला आहे. तो म्हणजे झाडावर दहीभात शिंपडावा. सुरपालांनीही हाच उपाय सुचवला आहे (श्लोक १५९). कशाच्या आधारावर हा उपाय सुचवला आहे हे कळणे कठीण आहे.

आजच्या काळात 'लोकोपकार'ची उपयुक्तता

- केरळ प्रांतातील ग्रामीण भागात हत्ती पाळतात. हत्तींचा व्यवसाय करतात. त्यामुळे हत्तींची पैदास व त्यांचा व्यापार ही निरंतर चालणारी प्रथा आहे. हत्ती-खरेदीसाठी या ग्रंथांमध्ये वर्णन केलेल्या वैशिष्ट्यांचा आजही वापर केला जातो.
- तमिळनाडूमधील दिंडीगल या तालुक्यातील प्रमुख गावापासून ३० किमी दूर अंतरावरील झिरूमलाई येथे आधुनिक वाहनांची सोय नाही. हा प्रदेश डोंगराळ व वस्तीपासून दूर आहे. येथील घोड्यांचा व्यवसाय करणारे घोडा खरेदी करण्यापूर्वी लोकोपकार ग्रंथात नमूद केलेल्या वैशिष्ट्यांचा आधार घेतात.
- कर्नाटकातील ग्रामीण व निमशहरी भागात गोपालनासाठी गायी-बैल यांची खरेदी करतेवेळी त्यांचे, दात, डोळे, कान, शिंगे, केसांची वलये, पाठ, मान, खूर, जीभ, घोट्याचा सांधा, वशिंड, मजबुती, कास, वृषण, रंग या सर्व वैशिष्ट्यांचा प्रामुख्याने विचार केला जातो.
- थोडक्यात कर्नाटकातील ग्रामीण ज्ञान प्रथांचा 'लोकोपकार' हा विश्वकोश आहे.

❑

'कृषी शासनम्' ग्रंथातील कृषी कौशल्य

प्राचीन काळापासून वापरल्या जाणाऱ्या विविध अवजारांची सचित्र व मापांसह माहिती *कृषी शासनम्* या ग्रंथात उपलब्ध होते. *कृषी पराशर* ग्रंथातील संदर्भ वापरले असले तरी प्रामुख्याने लेखकाच्या अनुभवावर आधारित माहिती यात येते.

कृषी शासनम् या ग्रंथामध्ये प्रामुख्याने शेतीच्या पृथ्वी, बैल, बीज आणि स्वामी या चारही स्तंभांविषयी विचार करण्यात आला आहे. त्यात कृषी कर्म पेरणी व त्या आनुषंगिक नांगर, शेती, पाऊस पाणी, शेती रक्षण यांचा विचार केला आहे. सोबत शेतीच्या उत्पादनाविषयी धान्य लाभ किंवा हानी यांचाही विचार मांडण्यात आला आहे. हा ग्रंथ संस्कृत भाषेतील असून, अर्वाचीन मानला जातो. सावनेर (जि. नागपूर) येथील रायबहाद्दर राघोबा रतिराम यांच्या पदरी असलेले दशरथ नारायण द्विवेदी यांनी हा ग्रंथ संपादित केला आहे.

या ग्रंथामध्ये कृषी पराशर या ग्रंथातील संदर्भ जागोजागी आढळतात. मात्र, या ग्रंथाचे विशेष त्यामध्ये असलेल्या कृषी अवजारांच्या आकृतीमध्ये आहे. कृषी पराशरमध्ये वर्णन केलेल्या नांगराच्या (हल) आकृती त्याच्या मापांसह देण्यात आलेल्या आहेत. त्याचप्रमाणे पृथू राजा व अत्रि मुनी यांच्या काळातील नांगरांचेही चित्र देण्यात आले आहे.

याशिवाय विदर्भात वापरण्यात येत असलेल्या लाकडी नांगर, वखर, डुंडिया, डोड (डवरा), तिफन; उत्तर भारतात पेरणीसाठी नारी नांगर, दातारी, खळपातील मेढी, सरते, पुराणे, चाबूक; सिंचनासाठी योग्य अशा टेरी, मोट, पाटा, खुरपे, परशु, फावडा, कुदळ यासारख्या उपकरणांचीही चित्रे देण्यात आलेली आहेत.

अनेक संदर्भ कृषी पराशरावर आधारित असले तरी लेखकाच्या अनुभवावर आधारित हा ग्रंथ आहे.

कृषी शास्त्रामध्ये नांगरणी, पेरणी, निंदणी, पिकांची कापणी-मळणी-साठवण यांचे मुहूर्त दिले आहेत.

वेद काळापासून भारतीय शेतकरी लाकडी नांगर वापरत होते. तसेच फ्रेंच शेतकरीही १६८२ ते १८१२ या काळात लाकडी नांगराचा वापर करत असल्याचे उल्लेख सापडतात.

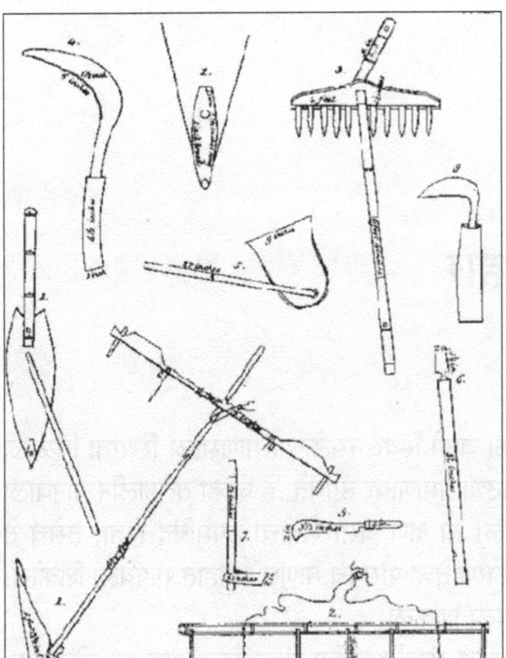

प्राचीन पूर्व भारतातील कृषी अवजारे
(१) नांगर (२) सपाटी करणासाठी मोयी (३) दातरे (नांगोल) (४) खुरपे (५) फावडे (६) उकरणी (७) कुदळ (८) खुरपे (९) कोयता

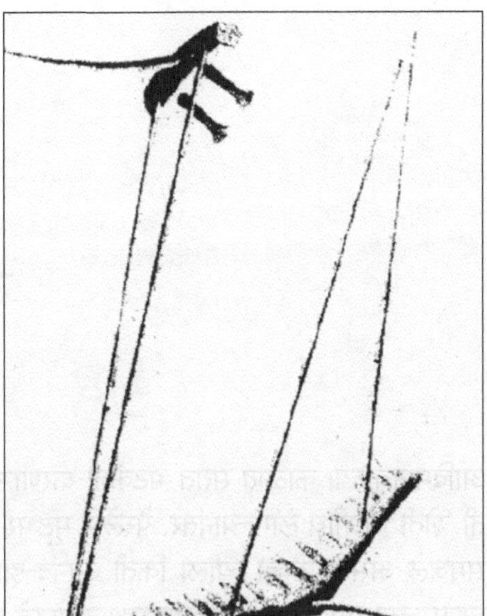

मद्रास येथील कुळव व संबंधित अवजार
(स्रोत : फ्रान्सिस बुचानन, लंडन १८०७)

प्राचीन पूर्व भारतातील स्थानिक नांगर
(स्रोत : एच. बेव्हेरिज, लंडन १८७२)

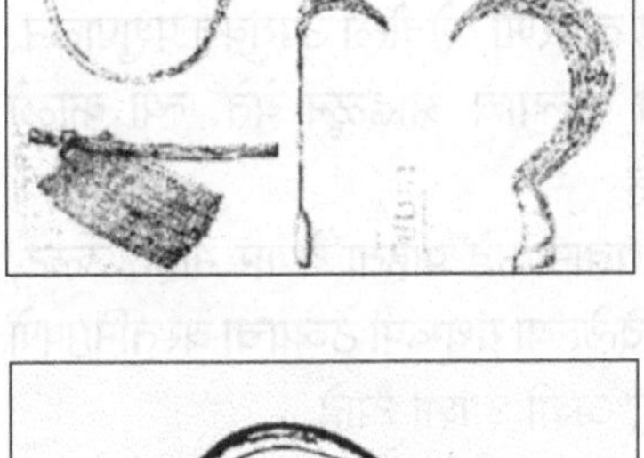

मद्रास प्रांतातील कुदळ, फावडे, खुरपे यांचे प्रकार

भरोच येथील स्थानिक पेरणीसाठीचे अवजार : दोन बांबूंच्या साहाय्याने पेरणीसाठीचे लाकडी चाडे बसवलेले असते. त्याला जोडलेल्या पोकळ बांबूमधून बियाणे जमिनीमध्ये योग्य खोलीपर्यंत सोडले जाते.
(स्रोत : एच. बेव्हेरिज, लंडन १८७२)

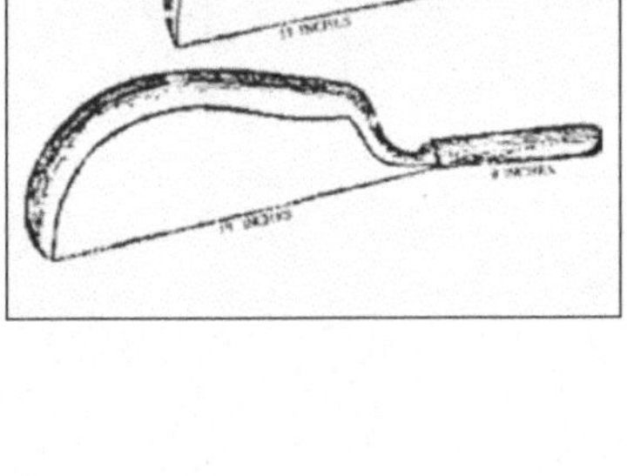

पूर्व भारतातील खुरपी

❑

उपसंहार

आदिमानवाच्या काळात सतत भटकंती करणाऱ्या व एका जागी स्थिर नसलेल्या माणसाला स्थिरता मिळाली ती 'शेती'चा शोध लागल्यानंतर. पेरलेले मूठभर धान्य मोठ्या प्रमाणावर उगवते, हे जेव्हा तत्कालीन मानवाला समजले असेल, तेव्हा त्याला किती आनंद झाला असेल! तो क्षण जसा शेतीचा उगमबिंदू होता, तसेच ते माणसाच्या समाजभावनेचेही उगमस्थान मानले पाहिजे. कारण तेव्हापासूनच माणूस समूहात राहायला शिकला. एकमेकांच्या सहकार्याने शेतीच्या रूपाने नवनिर्मिती करायला शिकला.

भारताचा विचार केला तर असे दिसून येते की, कृषी हा संपूर्ण भारतीय संस्कृतीचा, भारतीय जीवनाचा, भारतीय आध्यात्मिक विचारांचा व संपूर्ण भारतीय जीवनशैलीचा आत्मा आहे. भारतीय भौतिक जीवन व कृषिसंस्कृती यांचे प्राचीन काळापासून एक अतूट नाते आहे. वृक्ष-वनस्पतींचे पूजन, भूमीचे पूजन, पाण्याच्या प्रार्थना, पशू व गुरेढोरे यांच्यावरचे आत्यंतिक प्रेम, चंद्र, सूर्य व नक्षत्रे यांचा अभ्यासपूर्ण विचार, शेतीची अवजारे व त्यांचा उपयोग, बी-बियाणे व रोपांची स्वत:च्या मुलाप्रमाणे घेतलेली काळजी, त्यांचे रोग व त्यावरील उपचार, माती परीक्षण, पाण्याच्या साठ्यांचे शोध, जलसिंचन, उपवनातील फुलझाडांचा विचार, वृक्षवेलींची काळजी, या सर्वांचा विचार प्राचीन कृषिशास्त्राने केला आहे.

तलाव कसे बांधावेत, जलाशये व पुष्करिणी कशा तयार कराव्यात, कालवे कसे काढावेत, विहिरी कुठे खोदाव्यात, पृथ्वीच्या पोटातील पाणी कसे शोधावे, रोपांसाठी खड्डे कसे खणावेत, शेतीसाठी योग्य भूमीची निवड कशी करावी, पर्जनशास्त्राप्रमाणे शेती कशी करावी, रोपांची लागवड व पेरणी, शेतीला उपयुक्त पशुपालन, पशुधनाचे संरक्षण या सर्वांचा विचारही प्राचीन कृषिशास्त्रात प्रामुख्याने केल्याचे आढळून येते. त्या काळी केलेला जलव्यवस्थापनाचा विचार तर आजच्या काळातही उपयुक्त आहे.

त्यामुळे 'जुने जाऊ द्या मरणालागुनि..' या भावनेतून प्राचीन कृषिविज्ञानाकडे पाहता येणार नाही. उलट, जुन्यात दडलेले 'सोने' शोधणे गरजेचे आहे. त्यासाठी प्राचीन ऋषिमुनींनी दिलेल्या ग्रंथरूपी ठेव्याचा वस्तुनिष्ठपणे अभ्यास होणे गरजेचे आहे. या पुस्तकातून त्या दिशेने विचार सुरू होईल, अशी आशा आहे.

संदर्भग्रंथ सूची

ऋग्वेद संहिता

यजुर्वेद संहिता

सामवेद संहिता

अथर्ववेद संहिता

महाभारत, गीताप्रेस, गोरखपूर

अग्निपुराण

सुश्रुत संहिता

चरक संहिता

ब्राह्मण ग्रंथ

तैतिरीय उपनिषद

सूत्रसंहिता

पाणिनीय अष्टाध्यायी

मनुस्मृति

कृषी पराशर

अमरकोश, अमरसिंह

काश्यपीय कृषिसूक्ती

उपवनविनोद, शार्ङ्गधर (शारंगधर पद्धती)

काश्यपसंहिता ज्ञानकांड

वृक्षायुर्वेद, *सुरपाल*

मेधाविथी

बृहत्संहिता

विश्ववल्लभ, चक्रपाणी मिश्र

पुरानानुरु (तमिळ भाषेतील ग्रंथ)

लोकोपकार, चामुंडराय

कृषिगीता

कृषिशासनम्

कौटिलीय अर्थशास्त्र

प्रा. डॉ. रजनी जोशी

एम.ए., पीएच.डी.

इ-मेल : drrajanijoshi@gmail.com

पत्ता : उपळाई रोड, डॉ. नवले स्किन सेंटर मागे, बार्शी, जि. सोलापूर

- बार्शी (जि. सोलापूर) येथील श्री शिवाजी महाविद्यालयातून संस्कृत विषयाच्या अधिव्याख्याता पदावरून सेवानिवृत्त
- 'महाभारतातील सांख्यदर्शन विचार' या विषयातील संशोधनाबद्दल विविध पारितोषिके व शिष्यवृत्त्या
- प्राचीन विज्ञानामधील आणि शास्त्रांमधील रहस्ये मराठी भाषेत आणण्यासाठी प्रयत्नशील
- जानेवारी १९९९मध्ये राष्ट्रीय संस्कृत विद्यापीठ, तिरुपती (आंध्र प्रदेश) यांच्याकडून मानचिन्हाने सन्मानित
- Underground Water of Varahamihira's Bruhatsanhita या विषयावरील संशोधन प्रकल्पाला विद्यापीठ निधी अनुदानाकडून (यूजीसी) मान्यता
- जगन्नाथ संस्कृत विश्वविद्यालय (पुरी), ओरिसा येथील राष्ट्रीय परिषदेत 'वराहमिहिराचे भूगर्भस्थ जलसंशोधन' या विषयावर शोधनिबंध सादर
- 'सकाळ प्रकाशन'तर्फे *वराहमिहिराच्या भूजल विज्ञानावर आधारित जमिनीखालील पाण्याच्या शोधाचे प्राचीन शास्त्र* हे पुस्तक प्रकाशित
- संस्कृतमधील 'कृषिविज्ञान' या विषयावर भारतभर व्याख्याने